FIGHT FASCISM
BOOK SERIES
1

ഫാസിസം
അടുക്കളയിലും ആഹാരത്തിലും

fascisum adukalayilum aharathilum

•

general editor
k e n

•

working editor
p v shebi

•

first edition
july 2015

•

published
chintha publishers, thiruvananthapuram

•

typesetting
star communications, thiruvananthapuram

•

•

cover
midas

•

വിതരണം

ദേശാഭിമാനി ബുക്ക് ഹൗസ്

H O തിരുവനന്തപുരം-695 035
Ph: 0471-2303026, 6063020
www.chinthapublishers.com
chinthapublishers@gmail.com

ബ്രാഞ്ചുകൾ

ഹെഡ്ഓഫീസ് ബ്രാഞ്ച് കുന്നുകുഴി • സ്റ്റാച്യു തിരുവനന്തപുരം • കെ എസ് ആർ ടി സി ബസ് സ്റ്റേഷൻ ആലപ്പുഴ • കെ എസ് ആർ ടി സി ബസ് സ്റ്റേഷൻ എറണാകുളം • ചിറ്റൂർ റോഡ്, എറണാകുളം • മച്ചിങ്ങൽ ലെയ്ൻ തൃശൂർ • ഐ ജി റോഡ് കോഴിക്കോട് • കെ എസ് ആർ ടി സി ബസ് സ്റ്റേഷൻ കോഴിക്കോട് • എൻ ജി ഒ യൂണിയൻ ബിൽഡിങ് കണ്ണൂർ • സെൻട്രൽ ബസ് ടെർമിനൽ കോംപ്ലക്സ് താവക്കര കണ്ണൂർ

CO - FF 1 / 2223 / 3697

ഫാസിസം
അടുക്കളയിലും ആഹാരത്തിലും

ജനറൽ എഡിറ്റർ
കെ ഇ എൻ

വർക്കിങ് എഡിറ്റർ
പി വി ഷെബി

ചിന്ത പബ്ലിഷേഴ്സ്
തിരുവനന്തപുരം-695 035
വില : ₹ 90

ഉള്ളടക്കം

പ്രസാധകക്കുറിപ്പ്

ജീവിതത്തിന്റെ സൂക്ഷ്മതലങ്ങളിൽ കടന്നു കയറാനും ജനജീവിതമാകെ തകർത്തെറിയാനും സംഘപരിവാർ ശക്തികൾ തീവ്രശ്രമം നടത്തുന്നൊരു കാലഘട്ടമാണിത്. ഭരണം, ഭാഷ, ഭക്ഷണം, വിശ്വാസം, ആചാരം, ആവിഷ്കാരം, പ്രതികരണം തുടങ്ങി എല്ലാ മേഖലകളിലും അവർ കൈവച്ചു കഴിഞ്ഞു. ഇതിനെതിരായ ചെറുത്തുനില്പുശ്രമങ്ങളെ ശക്തിപ്പെടുത്തേണ്ടത് എല്ലാ ജനാധിപത്യവിശ്വാസികളുടെയും അടിയന്തരകടമയാണ്. എല്ലാ മേഖലകളിലേക്കുമുള്ള ഫാസിസത്തിന്റെ കടന്നാക്രമണത്തിന് ഇരയാവുന്നവരുടെ ഞരക്കങ്ങളും ആകുലതകളും ഒരു ചെറുത്തുനില്പായി വളർന്നുവരേണ്ടതുണ്ട്. ഈ ചെറുത്തുനില്പുകളെ ആശയ-പ്രത്യയശാസ്ത്രരംഗങ്ങളിലുള്ള പ്രത്യാക്രമണമായി വളർത്തിയെടുക്കേണ്ടതുണ്ട്. മതനിരപേക്ഷതയും ജനാധിപത്യവും സംരക്ഷിക്കുന്നതിനുള്ള സാർത്ഥകമായ പോരാട്ടങ്ങൾ ധൈഷണികരംഗത്ത് ഉണ്ടാവേണ്ടതുണ്ട്. ഈ ലക്ഷ്യത്തോടെയാണ് Fight Fascism ചിന്ത പുസ്തക പരമ്പര പ്രസിദ്ധീകരിക്കുന്നത്.

ഗോവധനിരോധനത്തെ സംബന്ധിച്ച് ഉയർന്നുവന്ന പ്രതികരണങ്ങളെ സമാഹരിക്കുകയാണ് ഈ പുസ്തകത്തിൽ. ഇത് വമ്പിച്ച തോതിൽ സ്വീകരിക്കപ്പെടും എന്നു വിശ്വസിക്കുന്നു.

ചിന്ത പബ്ലിഷേഴ്സ്

ആമുഖം

ഫാസിസത്തിനെതിരെ സമരം

കെ ഇ എൻ

(ജനറൽ എഡിറ്റർ, 'ഫൈറ്റ് ഫാസിസം' സീരീസ്)

ഒന്ന്

വിശ്വാസം, ഭാഷ, ഭക്ഷണം, ആഘോഷം, ആചാരം, ആവിഷ്കാരം, പ്രതികരണം തുടങ്ങി ജീവിതമാകെ ജനാധിപത്യത്തെ ശിഥിലമാക്കുംവിധം സംഘപരിവാർശക്തികൾ അടിച്ചുടയ്ക്കാൻ ശ്രമിക്കുന്നൊരു കാലത്ത് ഫാസിസത്തെക്കുറിച്ചുള്ള സൂക്ഷ്മപഠനങ്ങൾ തന്നെയാണ് പ്രഥമ പരിഗണനയും മുൻഗണനയും ആവശ്യപ്പെടുന്നത്. അത്തരമൊരു തീക്ഷ്ണ രാഷ്ട്രീയ സന്ദർഭത്തിലാണ്, 'ഫാസിസത്തിനെതിരെ സമരമെന്ന' പ്രക്ഷോഭ-പഠന പരമ്പര, ഒരടിയന്തര അനിവാര്യതയാവുന്നത്. ഭയനിശ്ശബ്ദതയിൽ പലരും സ്വകാര്യ സുരക്ഷിതത്വം ഉറപ്പുവരുത്തുന്നൊരു കാലത്ത്, ഫാസിസം എന്നൊന്ന് വെറുതെ പറയുന്നതുപോലും ഒരു സാംസ്കാരികപ്രതിരോധമാവുമെന്ന സത്യമാണ് ഇന്ന് നിരന്തരം ഉറക്കെ സാക്ഷ്യപ്പെടുത്തപ്പെടേണ്ടത്. ക്വിന്റൽ കണക്കിന് 'എങ്കിലു'കളും, അതിലേറെ വഷളൻ സമവാക്യങ്ങളുംകൊണ്ട് രക്ഷിച്ചെടുക്കാനാവുന്നതല്ല വിള്ളലുകൾ വീണുകഴിഞ്ഞ ഇന്ത്യൻ ജീവിതം! 'ഒന്നാന്തരം' പൗരത്വപദവിയിലേക്കുയർത്തപ്പെട്ടവരുടെ ആക്രോശങ്ങൾക്കിടയിൽ; ചകിതരായിത്തീർന്ന 'രണ്ടാംതരം' പൗരരുടെ ചങ്കിടിപ്പുകളെ ധീരമായ ചെറുത്തുനില്പുകളായി, തിരുത്താനുള്ള ശ്രമമാണ്, 'ചിന്ത' ഇത്തരം 'സമരരചന'കളിലൂടെ ലക്ഷ്യം വെക്കുന്നത്. സമകാലീന വ്യാഖ്യാനസമൃദ്ധി നിർമ്മിക്കുന്ന 'പലതരം ശരികളെ' നിഷ്ക്രിയമായി സ്വാഗതം ചെയ്യുന്നതിനുപകരം അതിനെയൊക്കെ, ഫാസിസ്റ്റ് വിരുദ്ധ സമരശരിയിലേക്ക് വൈരുദ്ധ്യാത്മകമായി കണ്ണിചേർക്കാനുള്ള സാംസ്കാരിക പ്രവർത്തനമായി ഈ പരമ്പര മാറുമെന്നാണ് ഞങ്ങൾ പ്രതീക്ഷിക്കുന്നത്.

തത്ത്വചിന്ത, ചരിത്രം, കല, സാഹിത്യം 'രാഷ്ട്രീയം' നൈതികത,

മതം തുടങ്ങിയ സാമൂഹ്യബോധത്തിന്റെ അസംഖ്യം മണ്ഡലങ്ങളിൽ 'എപ്രകാരമാണ്' ജനാധിപത്യം ചോദ്യം ചെയ്യപ്പെടുന്നതെന്ന അന്വേഷണം ഫാസിസ്റ്റ് വിരുദ്ധസമരത്തെ സംബന്ധിച്ചിടത്തോളം, ദീർഘകാലാടിസ്ഥാനത്തിൽ മാറ്റിവെക്കാനാവില്ല. ആ അർത്ഥത്തിൽ ഈ പരമ്പര, ഫാസിസത്തെക്കുറിച്ച് പൊതുവിലും, ഇന്ത്യൻ ഫാസിസത്തെക്കുറിച്ച് പ്രത്യേകിച്ചും, ഫാസിസ്റ്റ് വിരുദ്ധ സമരത്തിന്റെ ലക്ഷ്യമായി തിരിച്ചറിയേണ്ട ജനാധിപത്യ മതനിരപേക്ഷ ജീവിതത്തിൽ കേന്ദ്രീകരിച്ചുള്ള തുടർപഠനങ്ങൾക്കാണ് പ്രാധാന്യം നല്കുന്നത്.

ഫാസിസ്റ്റുകൾ എവിടെയും ജനാധിപത്യത്തിനുമുകളിൽ 'ജന്മാവകാശം' എന്ന ചരിത്രം തള്ളിയ 'വ്യാജ അവകാശ'ത്തിന്റെ വാഴ്ത്തിപ്പാട്ടുകാരാണ്. സത്യത്തിൽ 'ജന്മാവകാശം' എന്ന പരികല്പനയും, ആ പരികല്പനയുടെ നിഴൽപറ്റി ഭൂമിയുൾപ്പെടെയുള്ള പ്രകൃതി സാമൂഹ്യ പ്രതിഭാസങ്ങൾക്കുമേൽ, തത്ത്വചിന്താപരമായി 'മാതൃ-പിതൃ' മുദ്രകൾ ചാർത്തുന്നതും, വികസിതമായ സമീപനമല്ല. സൗകര്യം, സൗന്ദര്യം എന്നിവ അടിസ്ഥാനമാക്കി, മാതൃ-പിതൃമുദ്ര പ്രകൃതിയിൽ പതിപ്പിക്കുന്നതും, അത്തരം 'പ്രതീക'മുദ്രകൾക്ക്, പ്രകൃത്യാതീത പവിത്രപദവി നല്കുന്നതും തമ്മിലുള്ള അന്തരത്തെക്കുറിച്ചാണ്, ജനാധിപത്യം ജാഗ്രത പുലർത്തേണ്ടത്. ആദ്യത്തേത് ഒരു പ്രപഞ്ചാപരിചിതത്വത്തെ, സ്വന്തം ഗാർഹിക പരിചയവൃത്തത്തിലേക്കുള്ള നിരുപദ്രവകരമായ പരിഭാഷപ്പെടുത്തൽ എന്നർത്ഥത്തിൽ അനിവാര്യമായ ഒരു വിനിമയപ്രശ്നം മാത്രമായിരിക്കുമ്പോൾ; രണ്ടാമത്തേത് അതിനെയൊക്കെ അട്ടിമറിക്കുന്ന ഒരു വിധ്വംസകതയാണ് ആഘോഷിക്കുന്നത്! പ്രസവിക്കാത്ത സ്ത്രീ ഒരു 'പ്രതി'യല്ല. 'വന്ധ്യത' ഒരു 'ശരീരപ്രകൃതം' എന്നതിനപ്പുറം ഒരു മൂല്യപ്രശ്നവുമല്ല. അതിനാൽ 'മാതൃഭൂമി'ക്ക് ഒരു 'വന്ധ്യഭൂമി'ക്കില്ലാത്ത 'കേവല' മഹത്ത്വം കല്പിക്കുന്നത് അനുചിതമായിരിക്കും! 'മച്ചി', 'പേട്', 'പൊട്ട' തുടങ്ങിയ പദങ്ങളുപയോഗിച്ച് 'മനുഷ്യർക്ക്' മാർക്കിടുന്നത് ചോദ്യവിധേയമാവേണ്ടതുണ്ട്. 'മാതൃ' എന്ന 'മൂല്യവിശേഷണം' പരോക്ഷമായിപ്പോലും പല കാരണങ്ങളാൽ മാതാവാകാത്തവർക്കെതിരെയുള്ള കുറ്റാരോപണമായി മാറാതിരിക്കേണ്ടതുണ്ട് എന്നുള്ളിടത്തോളം നാം ജനാധിപത്യത്തെ മാനിക്കേണ്ടതുണ്ട്. മാതാവ്, മാതാവാകാൻ പലകാരണങ്ങളാൽ കഴിയാത്തവർ, മാതാവാകാൻ താല്പര്യമില്ലാത്തവർ എന്നിവർക്കിടയിൽ, ഇപ്പോൾ ഉയർന്നു വന്നിരിക്കുന്ന കുറ്റാരോപണത്തിന്റെ മതിൽ, പൊളിച്ചുമാറ്റപ്പെടേണ്ടതാണ്. സൂക്ഷ്മാർത്ഥത്തിൽ 'സങ്കുചിത ദേശീയത' ജന്മമഹത്ത്വവാദത്തിന്റെയും അചരിത്രപരമായ 'മാതൃസങ്കല്പങ്ങളുടെയും' നിർമ്മിതി മാത്രമാണ്. വന്നവർ/പോയവർ എന്ന വിഭജനംപോലും 'ആധുനികദേശീയത' വെച്ചുപൊറുപ്പിക്കാൻ പാടില്ല. എന്നാൽ ഫാസിസ്റ്റുകൾ ഇന്നും ചരിത്രം പുറംതള്ളിയ ജന്മമഹത്ത്വവാദത്തെ, പൊലിപ്പിച്ചെടുക്കുന്ന തിരക്കിലാണ്. ഭരണകൂടത്തിന്റെ രാഷ്ട്രീയപിന്തുണയ്ക്കൊപ്പം സാംസ്കാരിക സമ്മതവുമാണ്, അവരുടെ ശക്തി

സ്രോതസ്സായിരിക്കുന്നത്. അതിനെതിരെയുള്ള അന്വേഷണങ്ങൾ അതിനാൽത്തന്നെ, ഫാസിസ്റ്റ് വിരുദ്ധ സമരത്തെ സംബന്ധിച്ചിടത്തോളം അത്യന്തം അനിവാര്യവുമാണ്.

എന്തിനും ഏതിനും 'പോ, പോ പാകിസ്ഥാനിൽ' എന്നത്, 'ഫാസിസ്റ്റ് ദേശീയത'യുടെ പാസ്‌വേഡാവുന്ന നമ്മുടെ കാലം ആവശ്യപ്പെടുന്നത് 'ദേശീയപൂജ'യല്ല, ആ 'പൂജനീയ ദേശീയത'യുടെ പൊളിച്ചെഴുത്താണ്. എവിടെ ജനിച്ചു, എങ്ങനെ ജനിച്ചു എപ്പോൾ ജനിച്ചു ആർക്ക് ജനിച്ചു എന്നതല്ല, എങ്ങനെ ജീവിക്കുന്നു എന്നതാണ് യഥാർത്ഥ പ്രശ്നം. ഒരു രാജ്യത്തിലെ മുഴുവൻ മനുഷ്യരുടെയും വൈവിദ്ധ്യപൂർണ്ണമായ വളർച്ചയെയാണ് യഥാർത്ഥ ദേശീയത ആവിഷ്കരിക്കേണ്ടത്. അതിനുള്ള രാഷ്ട്രീയ സാംസ്കാരിക സൗകര്യമാണ് ഒരു ജനാധിപത്യരാഷ്ട്രം ഒരുക്കേണ്ടത്. ഇന്ത്യൻ ഫാസിസ്റ്റുകൾ നിർവ്വഹിക്കുംപോലെ, തങ്ങൾക്കിഷ്ടമില്ലാത്തവരെ 'വിരട്ടാനും പീഡിപ്പിക്കാനുമുള്ള' ഉരുപ്പടിയാകുന്നിടത്തുവെച്ചാണ്, സാദ്ധ്യതയാവേണ്ട ദേശീയതപോലും, 'ജനാധിപത്യത്തിന് വൻ ബാദ്ധ്യതയും സാംസ്കാരിക ഭാരവുമാകുന്നത്. ഇന്ത്യയിൽ 'ജനാധിപത്യജീവിതം' നയിക്കുന്ന ആരും ഇന്ത്യൻ പൗരരാകുന്നതുപോലെ പാകിസ്ഥാനിൽ ജനാധിപത്യജീവിതം നയിക്കുന്ന ആരും പാകിസ്ഥാൻ പൗരരുമാകും. ഇതിൽപ്പരം ഒരു നിഗൂഢതയും മറ്റെന്തിലുമെന്നപോലെ 'ദേശീയത'യിലും നിലനില്ക്കുന്നില്ല. ബീഫ് കഴിച്ചാലും, യോഗ ചെയ്യാതിരുന്നാലും, നഷ്ടമാവുന്നതോ നേടാവുന്നതോ എന്ന നിലയിലല്ല, പൗരധർമ്മങ്ങളോടും പൊതു ജീവിതത്തോടും ഒത്തുപോവുന്ന സർവ്വ ഇഷ്ടാനിഷ്ടങ്ങൾക്കും നൃത്തം ചെയ്യാൻമാത്രം വിസ്തൃതമായ ഒരാദർശമായാണ്, ഇന്ന് നാം ദേശീയതയെ സ്വാംശീകരിക്കേണ്ടത്. വൈവിദ്ധ്യങ്ങളെ 'വെറുക്കാത്ത', വ്യത്യാസങ്ങളെ വിരോധങ്ങളാക്കാത്ത, വിയോജിപ്പുകളെ അപരാധമായി ചുരുക്കാത്ത, സർവ്വരുടെയും ആത്മാഭിമാനപൂർണ്ണമായ അസ്തിത്വം സാക്ഷാത്കൃതമാവുന്ന ഒരു 'ദേശീയത'ക്കുവേണ്ടിയാണ് ജനാധിപത്യ സമൂഹങ്ങളൊക്കെയും ശബ്ദമുയർത്തേണ്ടത്.

രണ്ട്

സ്വാതന്ത്ര്യത്തിനുവേണ്ടി അറിയുന്നവരും അറിയപ്പെടാത്തവരുമായ പതിനായിരങ്ങൾ ജീവൻ പകുത്ത് കൊടുത്തപ്പോൾ 'സ്വാതന്ത്ര്യത്തിന്റെ മുഖത്ത് ഞങ്ങൾ തുപ്പുന്നു' എന്നാക്രോശിക്കുകയായിരുന്നു ഫാസിസം! 'സമാധാനം' സംരക്ഷിക്കാൻ ജനാധിപത്യം ആഹ്വാനം ചെയ്യുമ്പോൾ 'യുദ്ധം യുദ്ധം' എന്നലറി വിളിക്കുകയായിരുന്നു ഫാസിസം. ഐക്യത്തിനുള്ള അഭ്യർത്ഥനകളുയർന്നപ്പോൾ 'രക്തംകൊണ്ട് ചിന്തിക്കുക' എന്നാഹ്വാനം കൊണ്ടതിനെ എതിരിടുകയായിരുന്നു ഫാസിസം. ഫാസിസ്റ്റുകളുടെ സുഖവാസകേന്ദ്രം മനുഷ്യവർഗ്ഗം മഹത്തായി കരുതുന്ന 'സമസ്ത മൂല്യങ്ങളുടെയും' ശ്മശാനമാണ്. സത്യത്തിൽ ചരിത്രം ഭൂതകാലവും വർത്തമാനവും തമ്മിൽ നടക്കുന്ന നിരന്തര സംവാദമാണ്.

വർത്തമാനത്തെ വിസ്തൃതവും അഗാധവുമാക്കി ചൈതന്യവല്ക്കരിക്കുകയാണ് ചരിത്രം ചെയ്യുന്നത്. എന്നാൽ ഫാസിസ്റ്റ് സ്പർശമേല്ക്കുമ്പോൾ ചരിത്രം ചോരക്കുവേണ്ടി ഉറഞ്ഞുതുള്ളുന്ന ഒരു രക്തരക്ഷസ്സായി മാറും. ഭൂതകാലത്തിലെ ഇരുണ്ട നിഴലുകളാൽ വർത്തമാനകാലമാകെ ഇരുളും. ഭൂതകാലത്തിലെ ഏകാധിപതികളായ രാജാക്കന്മാരുടെ ചെലവിൽ ജനാധിപത്യത്തിന്റെ കുഞ്ഞുമക്കളെയവർ വകവരുത്തും. അവരെന്നും ചരിത്രം സൃഷ്ടിച്ചിട്ടുള്ളത് യഥാർത്ഥചരിത്രം തകർത്തുകൊണ്ടാണ്. നമ്മുടെ ജീവിതത്തിലെ ആകാശത്തിലെ മഴവില്ലുകൾക്ക് തീ കൊടുക്കുമ്പോഴും, അവരുടെ കൈകൾ വിറയ്ക്കുകയില്ല. മഹത്ത്വത്തെ മലിനപ്പെടുത്തുമ്പോഴും അവരുടെ മനസ്സ് പതറുകയില്ല. കാരണം ഫാസിസ്റ്റുകൾ എന്നും എവിടെയും ഫാസിസ്റ്റുകളാണ്!

ഫാസിസം ഭാഷയിൽപ്പോലും എരിയുന്ന തിന്മയായും സൗഹൃദങ്ങളെപ്പോലും അസാദ്ധ്യമാക്കുന്ന അല്പത്തമായും പതുങ്ങി നില്ക്കുന്ന കലുഷമായ ഒരു കാലത്തിലാണ് നാം ജീവിക്കുന്നത്. പൂക്കളങ്ങളെ മുഴുവനും ഫാസിസം കൊലക്കളമാക്കും. ഭൂമിയിലെ ആർദ്രതകളിലും ആകാശത്തിന്റെ നീലിമകളിലും അത് ചെഞ്ചോര പുരട്ടും. കാറ്റിന്റെ കാലൊച്ചകൾക്കും കുഞ്ഞുങ്ങളുടെ അരുമച്ചിരികൾക്കുമിടയിൽനിന്ന് പോലും അത് ത്രിശൂലങ്ങൾ ഉയർത്തും. ഇത്രനാളും ചെളിയിൽ നിന്നും പിറന്നിരുന്ന പഴയ താമരകൾ ഇനിമുതൽ ചോരയിൽ നിന്നുമാത്രമേ പിറക്കുകയുള്ളൂവെന്ന് സ്വയം ശഠിച്ചു തുടങ്ങും. ബുദ്ധൻ ഒരാണവസ്ഫോടനവും ചർക്ക ഒരു തോക്കുമാവും! ഇതുപോലൊരു കാലത്താണ് ദുരിതകാലത്തും പാട്ടുകൾ ഉണ്ടാവുമോ എന്നും ഉവ്വ്, ഉണ്ടാവും, അത് ദുരിതങ്ങളെക്കുറിച്ചുള്ള പാട്ടുകളാവും എന്നും ബ്രഹ്ത് പറഞ്ഞത്.

മൂന്ന്

ശ്രീരാമകൃഷ്ണപരമഹംസർ നല്കുന്ന നിർവ്വചനമനുസരിച്ച് 'മൻഹസായ' ആളാണ് 'മാനുഷ്'. ആരുടെ 'ഹസ്' അഥവാ 'ജീവൻ' മനസ്സിലിരിക്കുന്നുവോ അയാളാണ് മനുഷ്യൻ. മാർക്സിന് മനുഷ്യൻ സാമൂഹ്യബന്ധങ്ങളുടെ ആകെത്തുകയാണ്. തൊലിയിൽ മാത്രം അഭിരമിക്കുന്നവർ അദ്ദേഹത്തിന്റെ കാഴ്ചപ്പാടിൽ ജന്തുതുല്യർ മാത്രമാണ്. പ്രസിദ്ധ ഇസ്ലാമിക ചിന്തകനായ അലി ശരിഅത്തിനെ സംബന്ധിച്ചിടത്തോളം മനുഷ്യൻ ദൈവത്തിന്റെ സഹപ്രവർത്തകനും സുഹൃത്തും ബന്ധുവും സൂക്ഷിപ്പുകാരനും വിദ്യാർത്ഥിയുമാണ്. ആത്മബോധം, ഇച്ഛാശക്തി, ക്രിയാത്മകത എന്നീ ത്രിമാനഗുണങ്ങളുള്ളവനാണ് ഭൂമിയിൽ ദൈവത്തിന്റെ പ്രതിനിധിയാകുന്നത്. ഈ ഗുണങ്ങളില്ലാത്തവർ അദ്ദേഹത്തെ സംബന്ധിച്ചിടത്തോളം 'ഇൻസാന'ല്ല(മനുഷ്യൻ), മറിച്ച്, 'ബശർ'(ജൈവമനുഷ്യൻ) മാത്രമാണ്. സങ്കുചിത മതവാദികളും മതമൗലികവാദികളും മനുഷ്യരെ സംബന്ധിച്ച മതേതരമാനദണ്ഡം മാത്രമല്ല മതാത്മക മാനദണ്ഡം കൂടി തള്ളിക്കളയുന്നവരാണ്. മതഭ്രാന്തർ യഥാർത്ഥത്തിൽ

ഭ്രാന്തിന് പരിഷ്കൃതസമൂഹം നല്കുന്ന ആനുകൂല്യങ്ങൾക്ക് അർഹരോ യഥാർത്ഥ മതവിശ്വാസം ഭ്രാന്തമാംവിധം സ്വയം സ്വാംശീകരിച്ചവരോ അല്ല. അവർ സ്വന്തം അല്പത്തരങ്ങൾക്കുവേണ്ടി സ്വന്തം ദൈവങ്ങളെപ്പോലും ശല്യപ്പെടുത്തുകയും ആക്രമിക്കുകയും ചെയ്യുന്നവരാണ്.

വിശ്വാസം അതിന്റെ സൂക്ഷ്മാർത്ഥത്തിൽ സ്വയംബോദ്ധ്യത്തിന്റെ സത്യവാങ്മൂലമാണ്. ബലപ്രയോഗങ്ങൾക്കും പ്രലോഭന ബലങ്ങൾക്കും പ്രസ്തുത ലോകത്തിൽ നിലനില്ക്കുക വയ്യ. ഉള്ളിന്റെ ഉള്ളിൽനിന്നും ഒരുറവപോലെ ഒഴുകിവരുന്ന വിശ്വാസത്തിന്റെ അരുവി വിശുദ്ധിയാർജ്ജിക്കുന്നത് ഓരോ മനുഷ്യനും നിരന്തരം സ്വയം നിർവ്വഹിക്കുന്ന മൽപ്പിടുത്തങ്ങളിലൂടെയാണ്. മറ്റുള്ളവരെ മലർത്തിയടിക്കുമ്പോഴല്ല, സ്വന്തം അല്പത്തരങ്ങൾക്കുമേൽ വിജയം വരിക്കുമ്പോഴാണ് സർവ്വ വിശ്വാസങ്ങളും വിശുദ്ധമാകുന്നത്. പ്രസ്തുത തലത്തിലേക്ക് വളരുന്ന വിശ്വാസങ്ങളൊക്കെയും ജീവിക്കുന്നത് എതിർക്കലിനും അനുകൂലിക്കലിനും അപ്പുറത്തുള്ളൊരു ലോകത്തിലാണ്. അസഹിഷ്ണുതയുടെ പൊടിപടലങ്ങളും പകയുടെ പിരിയൻ മാളങ്ങളുമില്ലാത്ത സ്നേഹത്തിന്റെ സുന്ദരശീതള ലോകമാണത്. മറ്റുള്ളവരുടെമേൽ പെട്രോളൊഴിച്ച് തീ കൊടുത്തുകൊണ്ടല്ല സ്വയം തീജ്ജ്വാലകളിൽ പൊള്ളിക്കൊണ്ടാണ് നമ്മുടെ മുൻഗാമികളായ മഹർഷിമാർ അകംപൊരുളുകളിലേക്ക് കണ്ണു തുറന്നത്. തപസ്സുകളൊക്കെയും സ്വയം തപിച്ചതിന്റെ സാക്ഷ്യപത്രങ്ങളാണ്. സ്വയം പീഡനത്തിന്റെ അകംലോകങ്ങളിൽ നിന്ന് പരപീഡനത്തിന്റെ പുറംലോകങ്ങളിലേക്ക് വിശ്വാസങ്ങളെ വലിച്ചെറിയുന്നത് മതമല്ല, മതരാഷ്ട്രീയമാണ്. ധ്യാനത്തിന്റെ ശാന്തമായ ലോകത്തുനിന്ന് വിശ്വാസത്തെ രാഷ്ട്രീയത്തിന്റെ സംഘർഷഭൂമിയിലേക്ക് വലിച്ചിഴയ്ക്കുന്ന മതരാഷ്ട്രീയമാണ് ജീവിതത്തെ കുരുതിക്കളമാക്കുന്നത്. മതരാഷ്ട്രീയത്തിലേക്ക് മറിഞ്ഞുവീഴാൻ തുടങ്ങുന്ന മുറയ്ക്കാണ് ഭക്തിക്ക് കൊമ്പുകൾ മുളയ്ക്കാൻ ആരംഭിക്കുന്നത്. അപ്പോഴാണ് ആരാധനാലയങ്ങൾ ആയുധപ്പുരകളാകുന്നത്.

ഫാസിസം: അടുക്കളയിലും ആഹാരത്തിലും

പി വി ഷെബി
(വർക്കിങ് എഡിറ്റർ, 'ഫൈറ്റ് ഫാസിസം' സീരീസ്)

ഇതിഹാസകൃതിയായ *മഹാഭാരത*ത്തിൽ പാണ്ഡവരുടെ വനവാസകാലത്തെ ഒരു രംഗമുണ്ട്. വിരാടരാജ്യത്ത് അജ്ഞാതവാസം തുടങ്ങും മുമ്പ് അർജ്ജുനന്റെ ശമീവൃക്ഷമടക്കമുള്ള അവരുടെ ആയുധങ്ങൾ ആരും കാണാതെ സൂക്ഷിക്കാൻ വലിയ ശമീവൃക്ഷത്തിന്റെ ഉയർന്ന കൊമ്പിൽ കെട്ടിത്തൂക്കി. വഴിയാത്രക്കാർ അടുക്കാതിരിക്കാൻ ശവത്തിന്റെ ആകൃതിയിലായിരുന്നു ആയുധഭാണ്ഡം. തങ്ങളുടെ അമ്മയുടെ ശവശരീരമാണതെന്നും വർഷങ്ങളോളം ഇങ്ങനെ കെട്ടിത്തൂക്കുകയാണ് ആചാരമെന്നും ഗ്രാമീണരെ തെറ്റിദ്ധരിപ്പിക്കുന്ന പാണ്ഡവർ, ആ പ്രദേശത്തു ചത്തു കിടക്കുന്ന ഒരു പശുവിന്റെ തൊലിയൂരി ആയുധഭാണ്ഡം പൊതിഞ്ഞുവെച്ചു. ആയുധങ്ങളെ ശീതോഷ്ണങ്ങളിൽനിന്നും രക്ഷിക്കാൻ ബുദ്ധിപൂർവ്വം അങ്ങനെ ചെയ്തതായിരുന്നു അവർ. ഒരു കഥാസന്ദർഭമാണെങ്കിൽ തന്നെയും, പണ്ടുകാലം മുതൽക്കേ പശു ദിവ്യത്വം കല്പിച്ചു മാറ്റി നിർത്തിയിരുന്ന ഒരു മൃഗമായിരുന്നില്ല എന്നാണ് ഈ മഹാഭാരതരംഗം പറഞ്ഞു തരുന്ന പാഠം. പുരാണം ചികഞ്ഞാൽ ഇങ്ങനെ ഒട്ടേറെ കാഴ്ചകൾ നമുക്കു കിട്ടും. ഇതു പറയേണ്ടി വരുന്നത് പശുവിന്റെ ദിവ്യത്വം ഒരു രാഷ്ട്രീയപ്രശ്നമായി നമ്മുടെ സമൂഹത്തിൽ ഉയർന്നു വരുന്നു എന്നതിനാലാണ്. ഗോമാംസം ഇന്ത്യയിൽ ഒരു രാഷ്ട്രീയഭക്ഷണമായി മാറിക്കഴിഞ്ഞിരിക്കുന്നു. 2014 ലെ പൊതുതിരഞ്ഞെടുപ്പിൽ ഒറ്റയ്ക്കു ഭരിക്കാനുള്ള കേവലഭൂരിപക്ഷത്തിൽ അധികാരത്തിലെത്തിയ നരേന്ദ്രമോദി സർക്കാരിന്റെ രാഷ്ട്രീയതരംഗത്തിലായിരുന്നു മഹാരാഷ്ട്രയിൽ ബി ജെ പി സർക്കാരിന്റെ അരങ്ങേറ്റം. മോദിയുടെ ശിഷ്യനോ വി

ശ്വസ്തനോ ആയി അറിയപ്പെട്ട ദേവേന്ദ്ര ഫഡ്നാവിസ് മുഖ്യമന്ത്രിയായുള്ള മഹാരാഷ്ട്ര സർക്കാർ 2015 മാർച്ച് ആദ്യത്തിൽ സംസ്ഥാനത്ത് ഗോമാംസം നിരോധിച്ചു. മഹാരാഷ്ട്ര മൃഗസംരക്ഷണ (ഭേദഗതി) നിയമം നടപ്പാക്കി പശുവർഗ്ഗത്തിൽപ്പെട്ടവയെ കൊല്ലുന്നതോ തിന്നുന്നതോ നിയമവിരുദ്ധമാക്കി. ഇതു ലംഘിച്ചാൽ അഞ്ചു വർഷം വരെ തടവും 10,000 രൂപ വരെ പിഴയുമാണ് ശിക്ഷ. മഹാരാഷ്ട്ര സർക്കാരിന്റെ ബില്ലിന് 2015 മാർച്ച് മൂന്നിന് രാഷ്ട്രപതിയുടെ അംഗീകാരം ലഭിച്ചു. ഇരുപതു വർഷത്തോളം നീണ്ട പരിശ്രമമാണ് മഹാരാഷ്ട്രയിലെ ബി ജെ പി സർക്കാർ യാഥാർത്ഥ്യമാക്കിയത്. 1972 ലെ നിയമം ഭേദഗതി ചെയ്താണ് 1995 ൽ അധികാരത്തിലേറിയ ബി ജെ പി ശിവസേന സർക്കാർ പശുവിനെയും മറ്റും അറുക്കുന്നതു നിരോധിച്ചു കൊണ്ടുള്ള നിയമം ആദ്യം കൊണ്ടുവരുന്നത്. എന്നാൽ, ഈ നിയമത്തിന് രാഷ്ട്രപതിയുടെ അംഗീകാരം തേടാൻ കഴിഞ്ഞിരുന്നില്ല. പിന്നീട്, മഹാരാഷ്ട്രയിൽ അധികാരത്തിൽ വന്ന കോൺഗ്രസ്–എൻ സി പി സഖ്യം ഈ നിയമത്തിനുള്ള നടപടികൾ പിൻവലിച്ചു. മോദി സർക്കാർ അധികാരമേറിയതിന്റെ തുടർച്ചയായി മഹാരാഷ്ട്രയിൽ ഭരണം പിടിച്ച ബി ജെ പി സർക്കാരാവട്ടെ, ഗോവധ നിരോധനനിയമം അതിവേഗത്തിൽ പാസാക്കിയെടുത്തു. കേന്ദ്രത്തിൽ ബി ജെ പി ഭരണമുള്ളതിന്റെ ആത്മവിശ്വാസത്തിൽ തന്നെയാണ് സംഘപരിവാർ അജണ്ട നടപ്പാക്കാനുള്ള ഈ തിടുക്കം. മഹാരാഷ്ട്രയ്ക്കു പിന്നാലെ, ബി ജെ പി ഭരണം പിടിച്ച ഹരിയാനയും മാർച്ചിൽ ഗോസംരക്ഷണ നിയമം പാസ്സാക്കി. മഹാരാഷ്ട്രയേക്കാൾ ഒരുപടി മുന്നിൽക്കടന്ന്, ഇന്ത്യൻ ശിക്ഷാ നിയമത്തിലെ 302-ാം വകുപ്പ് അനുശാസിക്കുന്ന കൊലപാതകക്കുറ്റം ഗോവധത്തിനും ബാധകമാക്കാനുള്ള ഒരുക്കത്തിലാണ് ഹരിയാന സർക്കാർ. മഹാരാഷ്ട്ര സർക്കാർ അഞ്ചു വർഷത്തെ തടവും പിഴയുമാണ് ശിക്ഷ വ്യവസ്ഥ ചെയ്തതെങ്കിൽ കൊലപാതകക്കുറ്റത്തിനു സമാനമായുള്ള ശിക്ഷകളെല്ലാം ഗോവധത്തിനും ഏർപ്പെടുത്തുമെന്നാണ് ഹരിയാന സർക്കാരിന്റെ പ്രഖ്യാപനം. അതായത്, ഗോവധത്തിന് അറസ്റ്റു ചെയ്യപ്പെട്ടാൽ ചുരുങ്ങിയത് ജീവപര്യന്തം ശിക്ഷ അനുഭവിക്കേണ്ടിവരും. ബി ജെ പി ഭരണമുള്ള ഗുജറാത്തിൽ നേരത്തെ തന്നെ ഗോവധനിരോധന നിയമം നടപ്പാക്കിയിരുന്നു.

ഭൂരിപക്ഷ ജനതയുടെ താല്പര്യം മാനിക്കാതെയും ഈ രംഗത്തു പ്രവർത്തിക്കുന്ന പതിനായിരക്കണക്കിനു പേരുടെ ജീവനോപാധി കണക്കിലെടുക്കാതെയുമാണ് സ്വന്തം രാഷ്ട്രീയലക്ഷ്യത്തിനായി ഗോവധനിരോധനത്തിനുള്ള ബി ജെ പി സർക്കാരുകളുടെ തീരുമാനം. ഏറ്റവും കൂടുതൽ പോത്തിറച്ചി കയറ്റുമതി ചെയ്യുന്നതിൽ ലോകത്ത് രണ്ടാം സ്ഥാനമുള്ള രാജ്യമാണ് ഇന്ത്യ. പോത്തിറച്ചിയുടെ ഉപയോഗത്തിലാവട്ടെ ലോ

കത്തിൽ അഞ്ചാം സ്ഥാനവും. മുന്നൂറു കോടി കന്നുകാലികൾ ഇന്ത്യയിലുണ്ട്. ഇറച്ചി മാത്രമല്ല, കന്നുകാലി അനുബന്ധ ഭക്ഷണരീതികളും ഏറെയാണ് ഇന്ത്യയിൽ. നഗരത്തിലും ഗ്രാമങ്ങളിലും ആയിരക്കണക്കിനു പേർ ഈ മേഖലയിൽ പണിയെടുക്കുന്നു. കന്നുകാലികളെ ആശ്രയിച്ചു ജീവിക്കുന്നവർ മഹാരാഷ്ട്രയിൽ മാത്രം രണ്ടു ലക്ഷത്തോളം പേരുണ്ട്. അവരിലാവട്ടെ മഹാഭൂരിപക്ഷം പേരും ന്യൂനപക്ഷങ്ങളും ദലിതരുമാണ്. ഇവർക്കെല്ലാം ഗോവധനിരോധനത്തോടെ ജീവനോപാധി നഷ്ടപ്പെട്ടെന്നാണ് വസ്തുത. ഗോവധം നിരോധിച്ച സർക്കാർ തൊഴിൽ നഷ്ടപ്പെട്ട ന്യൂനപക്ഷങ്ങൾക്കും ദലിതർക്കും പകരം പദ്ധതികളൊന്നും പ്രഖ്യാപിച്ചില്ല. പൗരന്റെ ക്ഷേമത്തേക്കാൾ സ്വന്തം രാഷ്ട്രീയതാല്പര്യമാണ് മുഖ്യമെന്ന് ബി ജെ പി ഇതിലൂടെ വ്യക്തമാക്കി. ഒരു സ്വപ്നം യാഥാർത്ഥ്യമായെന്നാണ് ഗോവധനിരോധന നിയമത്തിന് രാഷ്ട്രപതിയുടെ അംഗീകാരം ലഭിച്ചപ്പോൾ മഹാരാഷ്ട്ര മുഖ്യമന്ത്രി ദേവേന്ദ്ര ഫഡ്നാവിസ് പ്രതികരിച്ചത്. തിരഞ്ഞെടുപ്പുകാലത്ത് തങ്ങൾ വാഗ്ദാനം ചെയ്തത് നടപ്പാക്കാനായെന്ന് മുംബൈയിൽ നിന്നുള്ള ബി ജെ പി എം പി കിരിത് സോമയ്യയും അഭിപ്രായപ്പെട്ടു. മഹാരാഷ്ട്രയിലും ഹരിയാനയിലും മാത്രമല്ല, രാജ്യമെമ്പാടും ഗോവധനിരോധനം നടപ്പാക്കുമെന്ന് കേന്ദ്ര ആഭ്യന്തര മന്ത്രി രാജ്നാഥ് സിങ് പ്രഖ്യാപിച്ചു. ഈ രാജ്യത്ത് ഗോവധം എങ്ങനെ അനുവദിക്കാനാവുമെന്ന് ചോദിക്കുന്ന അദ്ദേഹം നിരോധനത്തിന് ആവുന്ന പരിശ്രമങ്ങളെല്ലാം കേന്ദ്രസർക്കാർ ചെയ്യുമെന്നും പ്രഖ്യാപിച്ചു. ഗോവധ നിരോധനത്തിനു പിന്നിൽ ഒരു രാഷ്ട്രീയ ലക്ഷ്യവുമില്ലെന്നാണ് ബി ജെ പിയുടെ വാദം. ഗാന്ധിയൻ തത്ത്വങ്ങളായ അഹിംസയും കാർഷിക സമ്പദ് വ്യവസ്ഥയ്ക്കുള്ള പിന്തുണയും പ്രോത്സാഹിപ്പിക്കാൻ വേണ്ടിയുള്ളതാണ് ഗോവധനിരോധന നിയമമെന്ന് മഹാരാഷ്ട്ര ബി ജെ പി വക്താവ് മാധവ് ഭണ്ഡാരി ന്യായീകരിച്ചു. ഇതൊരു തുടക്കം മാത്രമാണെന്നും മറ്റു മൃഗങ്ങളെയെല്ലാം കൊല്ലുന്നതു തടയാൻ നിയമം കൊണ്ടുവരുമെന്ന് മഹാരാഷ്ട്ര അഡ്വക്കേറ്റ് ജനറൽ സുനിൽ മനോഹർ പരസ്യമായി പ്രഖ്യാപിക്കുകയുണ്ടായി. ഇതു സർക്കാർ പിന്നീട് നിഷേധിച്ചെങ്കിലും അവരുടെ മനസ്സിലുള്ളത് അഡ്വേക്കറ്റ് ജനറലിന്റെ വാക്കുകളിലൂടെ വെളിപ്പെടുകയായിരുന്നു. യുക്തിഭദ്രവും ശാസ്ത്രീയവും പുരോഗമനപരവുമാണ് ഗോവധനിരോധന നിയമമെന്നാണ് മറ്റൊരു ബി ജെ പി വക്താവ് സുധാംശു ത്രിവേദിയുടെ നിരീക്ഷണം. ഇതിന്റെയൊക്കെ തുടർച്ചയായി, ഉത്തർപ്രദേശിൽ നിന്നുള്ള ബി ജെ പി എം പിയും സന്ന്യാസിയുമായ യോഗി ആദിത്യനാഥ് പശുവിനെ രാഷ്ട്രമാതാവായി പ്രഖ്യാപിക്കണമെന്ന് പാർലമെന്റിൽ ആവശ്യപ്പെടാനും മടിച്ചില്ല. ഇങ്ങനെ, രാജ്യത്തിന് ഏറ്റവും അനിവാര്യമായ ഒന്നാണ് ഗോവധനിരോധനമെന്ന് വരു

ത്തിത്തീർക്കുകയാണ് ബി ജെ പി നേതാക്കളും കേന്ദ്രസർക്കാരും.

പാവപ്പെട്ടവരുടെ ഭക്ഷണമായി പൊതുവെ അറിയപ്പെടുന്ന ഭക്ഷണമാണ് പോത്തിറച്ചി. പലയിടത്തും ആട്ടിറച്ചിയേക്കാൾ കുറഞ്ഞ വിലയിൽ ലഭ്യമാവുകയും ചെയ്യുന്നു. പോഷകാംശത്തിന്റെ കാര്യത്തിലും ബീഫ് പിന്നിലല്ല. എന്നാൽ, സംഘപരിവാർ ഗോമാതാവിനെ പൂജിച്ചു തുടങ്ങിയതു മുതൽ പോത്തിറച്ചി കഴിക്കുന്നവർ ആർഷ ഭാരത സംസ്കാരത്തിന്റെ പിന്മുറയ്ക്കു യോഗ്യരല്ല എന്ന പ്രചാരം തുടങ്ങി. ബീഫ് കഴിക്കാത്തവർ ഇന്ത്യക്കാരും അല്ലാത്തവർ അന്യനാട്ടുകാരെന്നുമുള്ള തരംതിരിവുകൾ സൃഷ്ടിക്കപ്പെട്ടു. ആര്യന്മാരുടെ അധിനിവേശകേന്ദ്രമായ ഉത്തരേന്ത്യൻ സംസ്ഥാനങ്ങളിൽ ഗോവധവും കന്നുകാലികളുടെ ഇറച്ചി കഴിക്കുന്നതുമൊക്കെ പാപമായി കണക്കാക്കപ്പെട്ടു. ഗോവധം നിയമപരമായി നിരോധിച്ചില്ലെങ്കിൽ അതു കഴിക്കുന്നത് പാപമാണെന്ന തോന്നൽ പൊതുവെ ഉത്തരേന്ത്യക്കാർക്കിടയിൽ ഏറെക്കാലമായി നിലവിലുണ്ട്. ഇങ്ങനെയൊരു മനഃസ്ഥിതി വളർത്തിയെടുക്കുന്നതിൽ ഹിന്ദുത്വ സംഘടനകൾക്കുള്ള സംഭാവന ചെറുതല്ല. നാഗ്പുരിൽ ചിത്പാവൻ ബ്രാഹ്മണ വിഭാഗക്കാർ ചേർന്നു രൂപീകരിച്ച രാഷ്ട്രീയ സ്വയം സേവക് സംഘ് അഥവാ ആർ എസ് എസ് എന്ന തീവ്രദേശീയ ഹിന്ദുസംഘടന വളർത്തിയെടുത്ത സവർണ്ണ മനോഭാവത്തിൽ നിന്നും ഉരുത്തിരിഞ്ഞതാണ് ഈ മനോഭാവം. പൊതുവെ സസ്യാഹാരികളായ ബ്രാഹ്മണ വിഭാഗത്തിന്റെ ഭക്ഷണശീലം മറ്റു ജനവിഭാഗങ്ങൾക്കുമേൽ അടിച്ചേല്പിച്ച്, അതിന് പാപപുണ്യങ്ങളുടെ മേലങ്കി നല്കി സ്വന്തം പ്രത്യയശാസ്ത്ര അടിത്തറ സൃഷ്ടിച്ചെടുക്കുകയാണ് സംഘപരിവാർ. ഇതുവഴി സംഭവിക്കുന്ന, സവർണ്ണ മേൽക്കോയ്മയുടെ സ്ഥാപിച്ചെടുക്കലിനു പുറമെ, മറ്റൊരാളുടെ ഇഷ്ടത്തിന്മേൽ കടന്നു കയറുന്ന ഫാസിസ്റ്റ് പ്രവണതയുമാണ് രാജ്യം നേരിടുന്ന ഭീഷണി. അതൊരു രാഷ്ട്രീയലക്ഷ്യത്തിന്റെ ഭാഗമായിട്ടുള്ളതാണ് എന്നതാണ് അപകടം. സൂക്ഷ്മനിരീക്ഷണത്തിൽ, ഇതു ഫാസിസ്റ്റ് ചരിത്രത്തിന്റെ തുടർച്ചയാണെന്ന് നമുക്കു ബോദ്ധ്യമാവും. ഹിറ്റ്ലർ നേതൃത്വം നല്കിയ നാസി പാർട്ടി 1933 ൽ ജർമ്മനിയിൽ അധികാരത്തിലെത്തിയ ശേഷം ആദ്യം നടപ്പാക്കാൻ തുടങ്ങിയത് ഒട്ടേറെ മൃഗ സംരക്ഷണ നിയമങ്ങളായിരുന്നു. വളർത്തുമൃഗങ്ങളോടു മോശമായ രീതിയിൽ പെരുമാറുന്നവർക്ക് നാസി ജർമ്മനി രണ്ടു വർഷം തടവുശിക്ഷ വ്യവസ്ഥ ചെയ്തു. ചലച്ചിത്രങ്ങളിൽ മൃഗങ്ങളെ മോശമായി ചിത്രീകരിക്കരുത് എന്നു നിർദ്ദേശിക്കുന്നതായിരുന്നു ആദ്യനിയമം. അറവുശാലകളിൽ മാനുഷികമായ നടപടികളും ശുപാർശ ചെയ്തു. മൃഗസംരക്ഷണമെന്നത് ജർമ്മൻ സർക്കാർ പാഠ്യപദ്ധതിയിൽ ഉൾപ്പെടുത്തി. മൃഗസംരക്ഷണത്തിനായി ആദ്യമായി അന്താരാഷ്ട്ര സമ്മേളനം സംഘടിപ്പിച്ചതും

ജർമ്മനിയായിരുന്നു. പിന്നീട് ഈ മൃഗസംരക്ഷണനിയമം പതുക്കെപ്പതുക്കെ ജൂതരിലേക്കു ദിശ മാറി. ജൂതന്മാർ വളർത്തുമൃഗങ്ങളെ കൈവശം വയ്ക്കുന്നത് 1942 ൽ ജർമ്മനി നിയമംമൂലം നിരോധിച്ചു. സ്വന്തം വളർത്തുമൃഗങ്ങളെ വഴിയിൽ ഉപേക്ഷിക്കാൻ ജൂതന്മാർ നിർബ്ബന്ധിതരായി. സസ്യഭക്ഷണരീതിക്കു വേണ്ടി വാദിച്ച നേതാവായിരുന്നു അഡോൾഫ് ഹിറ്റ്ലർ. സാംസ്കാരികമായ തകർച്ചയ്ക്ക് ഇറച്ചിഭക്ഷണം ഒരു പ്രധാനപ്പെട്ട കാരണമാണെന്നും സമൂഹത്തെ പുനരുദ്ധരിക്കാൻ സസ്യാഹാരരീതിയാണ് ഉപകരിക്കുകയെന്നും ഹിറ്റ്ലർ പ്രഖ്യാപിച്ചു. വളർത്തുമൃഗങ്ങളോടു മോശമായി പെരുമാറുന്നത് ആദ്യം നിയമപരമായ ശിക്ഷയാക്കുകയും പിന്നീട് ജൂതർ വളർത്തുമൃഗങ്ങളെ കൈവശം വെയ്ക്കുന്നത് നിരോധിക്കുകയും ചെയ്ത് ജൂതരെ പ്രഖ്യാപിതശത്രുക്കളാക്കി നരഹത്യ നടത്തുകയും ചെയ്തു. ഹിറ്റ്ലർ നടത്തിയ ജൂത കൂട്ടക്കൊലയുടെ ചരിത്രവായന നടത്തുമ്പോൾ ജർമ്മനിയിൽ നാസി ഭരണകൂടം നടപ്പാക്കിയ മൃഗസംരക്ഷണ നിയമത്തിന്റെ രാഷ്ട്രീയം മനസ്സിലാവും. സ്വന്തം ഇഷ്ടങ്ങൾക്ക് എതിരായി നില്ക്കുന്നവരെ അധികാരത്തിന്റെ തിട്ടൂരങ്ങൾ ഏല്പിച്ച് നേരിടുകയെന്നതായിരുന്നു ഹിറ്റ്ലറുടെ രീതി.

നരേന്ദ്രമോദി സർക്കാർ അധികാരത്തിലെത്തിയ ശേഷവും ബഹുസ്വരതയോടും വിമർശനങ്ങളോടുമുള്ള അസഹിഷ്ണുത പ്രകടമാവുന്നുണ്ട്. ബി ജെ പി ഭരിക്കുന്ന മഹാരാഷ്ട്രയിലും ഹരിയാനയിലും ഗോവധനിരോധനനിയമം നടപ്പാക്കിയതിനു പുറമെ, രാജ്യമെമ്പാടും ഗോവധനിരോധനത്തിന് തയ്യാറെടുപ്പും തുടങ്ങി. നാസി ജർമ്മനിയിലെ അതേ നടപടികൾ ഓർമ്മപ്പെടുത്തുന്നതാണ് ഗോവധനിരോധനം. നാസി ജർമ്മനിക്കു സമാനമാണ് ബീഫ് നിരോധിച്ച ബി ജെ പി സർക്കാരിന്റെ നിലപാടെന്നും വ്യക്തമായിക്കഴിഞ്ഞു. ഇവിടെയാണ് ബീഫിന് ഒരു രാഷ്ട്രീയഭക്ഷണമെന്ന നിർവ്വചനം വരുന്നത്. അവർണ്ണരും ന്യൂനപക്ഷങ്ങളും വൻതോതിൽ തൊഴിലെടുക്കുന്ന ഒരു മേഖലയിൽ നിരോധനമേർപ്പെടുത്തുമ്പോൾ ഒരു സവർണ്ണ പ്രത്യയശാസ്ത്രത്തിന്റെ ബോധപൂർവ്വമായ അടിച്ചേല്പിക്കൽ നടത്തുന്നുണ്ട് ബി ജെ പി. ഇത് അനുകൂലമായ രാഷ്ട്രീയാന്തരീക്ഷം സൃഷ്ടിക്കാനുള്ള സംഘപരിവാർ അജണ്ടയാണെന്നതിൽ തർക്കമില്ല.

കേരളമടക്കമുള്ള ദക്ഷിണേന്ത്യൻ സംസ്ഥാനങ്ങളിലും വടക്കു കിഴക്കൻ സംസ്ഥാനങ്ങളിലുമൊക്കെ ഒഴിവാക്കാനാവാത്ത ഭക്ഷണമാണ് പോത്തിറച്ചി. ബീഫ് കഴിക്കുന്നതിൽ നിന്ന് തന്നെയാർക്കും തടയാനാവില്ലെന്ന് വടക്കു കിഴക്കൻ സംസ്ഥാനക്കാരനായ കേന്ദ്ര ആഭ്യന്തരസഹമന്ത്രി കിരൺ റിജിജു പ്രഖ്യാപിച്ചത് ഒരു സംസ്കാരത്തിന്റെ അടയാളപ്പെടുത്തൽ കൂടിയായിരുന്നു. വാദം വിവാദമായതോടെ, അദ്ദേഹം നില

പാടു മയപ്പെടുത്തി. ബീഫ് കഴിക്കേണ്ടവർ പാക്കിസ്ഥാനിലേക്കോ അറബി നാടുകളിലേക്കോ പൊയ്ക്കോട്ടെയെന്ന് ബി ജെ പി നേതാവും കേന്ദ്രമന്ത്രിയുമായ മുക്താർ അബ്ബാസ് നഖ്‌വി അഭിപ്രായപ്പെട്ടതിന്റെ പൊരുളും പോത്തിറച്ചി കഴിക്കുന്നവർ ഇന്ത്യക്കാരല്ല എന്നതു തന്നെയാണ്. നഖ്‌വി ഉന്നമിടുന്നത് ഇന്ത്യയിലെ മുസ്ലീം ന്യൂനപക്ഷങ്ങളെയാണെന്നതിലും സംശയമില്ല. പാക്കിസ്ഥാൻ പരാമർശം അദ്ദേഹം നടത്തിയതും ബോധപൂർവ്വമായിരുന്നു. ഭൂരിപക്ഷത്തിന്റെ വികാരം മാനിക്കാൻ മറ്റുള്ളവർ തയ്യാറാവണമെന്നായിരുന്നു കേന്ദ്ര ന്യൂനപക്ഷമന്ത്രി നജ്മ ഹെപ്തുള്ളയുടെ അഭിപ്രായപ്രകടനം. ബീഫ് നിരോധനത്തെ എതിർക്കുന്നവരോട് ബി ജെ പി സർക്കാരിന്റെ അസഹിഷ്ണുതയും പ്രകടമായി. മദ്രാസ് ഐ ഐ ടിയിൽ ദലിത് വിദ്യാർത്ഥി സംഘടനയായ അംബേദ്കർ പെരിയാർ സ്റ്റുഡന്റ്സ് സർക്കിളിനെ നിരോധിച്ചത് ഇതിന്റെ ഉദാഹരണമായിരുന്നു. സോഷ്യൽ മീഡിയയിലൂടെയും ലഘുലേഖകളിലൂടെയും ബീഫ് നിരോധനമടക്കം മോദി സർക്കാരിന്റെ ജനാധിപത്യധ്വംസന നടപടികളെ വിമർശിച്ചതാണ് സംഘടന നിരോധിക്കപ്പെടാനുള്ള മുഖ്യ കാരണം. പ്രധാനമന്ത്രി വിമർശിച്ചത് അദ്ദേഹത്തെ അപകീർത്തിപ്പെടുത്തലാണെന്ന് വ്യാഖ്യാനിച്ച് കേന്ദ്ര മാനവശേഷി വികസനമന്ത്രാലയം നിർദ്ദേശം നല്കിയതിനെ തുടർന്നാണ് വിദ്യാർത്ഥി സംഘടന നിരോധിക്കാൻ മദ്രാസ് ഐ ഐ ടിയുടെ തീരുമാനം. ഇങ്ങനെ, വൈവിദ്ധ്യങ്ങളെയും ഭിന്നാഭിപ്രായങ്ങളെയും ഇല്ലാതാക്കുമെന്നതാണ് ഫാസിസത്തിന്റെ രീതിശാസ്ത്രം. ഇഷ്ടപ്പെട്ട ഭക്ഷണം കഴിക്കാനോ ഇഷ്ടപ്പെട്ട വസ്ത്രം ധരിക്കാനോ ഒക്കെയുള്ള സ്വാതന്ത്ര്യം ഹനിക്കപ്പെടുന്നു. നമ്മുടെ പാരമ്പര്യങ്ങളെന്ന് അവകാശപ്പെടുന്നതിൽ മിക്കതും വൈവിദ്ധ്യങ്ങളിൽ നിന്നു ലഭിച്ചതാണ് എന്ന വസ്തുത ബോധപൂർവ്വം മറച്ചു പിടിക്കുകയാണ് ഫാസിസം. ഭക്ഷണരീതിയിലും മറ്റും നാം നമ്മുടേതെന്ന് കരുതുന്ന പലതും ഇന്ത്യ കാലങ്ങളായി വിവിധ സംസ്കാരങ്ങളുമായുള്ള സമ്പർക്കത്തിലൂടെ സ്വീകരിക്കുകയും സ്വാംശീകരിക്കുകയും ചെയ്ത സ്വഭാവ സവിശേഷതയുടെ ഫലമാണ്. ഉദാഹരണത്തിന്, കേരളത്തിന്റെ തനതു ഭക്ഷണമായി അറിയപ്പെടുന്ന പുട്ട് പോർച്ചുഗീസുകാരുടെ സംഭാവനയാണ്. ഇങ്ങനെ, നമ്മുടെ ശീലങ്ങൾ പരതി നോക്കിയാൽ പടിഞ്ഞാറുനിന്നു മാത്രമല്ല, കിഴക്കൻ രാജ്യങ്ങളിൽ നിന്നു പോലുമുള്ള സമ്പർക്കത്തിന്റെ അടയാളങ്ങൾ കാണാനാവും. നമ്മുടെ പാരമ്പര്യങ്ങളിലേക്കു തിരിച്ചു പോവുകയാണെങ്കിൽ ഹിന്ദുമതത്തിനപ്പുറം ഏതൊക്കെ സംസ്കാരങ്ങളിലേക്ക് നമ്മുടെ വേരുകളെത്തുമെന്നത് ചരിത്രവസ്തുതകൾ പരതിയാൽ പ്രസക്തമാവും. പക്ഷേ, ആര്യസംസ്കാരം വരെ മടങ്ങിപ്പോയാൽ മതിയെന്നാണ് സംഘപരിവാർ തിട്ടൂരം. സംഘപരിവാർ നി

ശ്ചയിക്കുന്ന നിർവ്വചനം മാത്രമായി നമ്മുടെ പാരമ്പര്യം മാറുന്നു. മാംസഭക്ഷണവും അന്യമല്ലാത്ത ബുദ്ധമതക്കാരെ അടിച്ചമർത്താൻ അവർ പ്രയോഗിച്ച സൂത്രമാണ് സസ്യാഹാരം. മാംസാഹാരികൾ ശത്രുക്കളാണ് എന്ന തോന്നൽ ബോധപൂർവ്വം സൃഷ്ടിച്ചെടുത്തു. ജാതിവ്യവസ്ഥയുടെ വക്താക്കളായിരുന്ന ആര്യന്മാർ സവർണ്ണരുടെ ഭക്ഷണമാണ് സമൃദ്ധമെന്ന ധാരണയും വളർത്തി. ചരിത്രത്തിലെ ഈ സവർണ്ണബോധം വർത്തമാനത്തിലും അടിച്ചേല്പിക്കുന്നതിന്റെ തെളിവാണ് ഇപ്പോൾ ഗോമാംസം നിരോധിച്ചു കൊണ്ടുള്ള തീരുമാനം. കുറഞ്ഞ ചെലവിൽ സാധാരണക്കാരന് ലഭ്യമാവുന്ന മികച്ച പോഷകാംശമടങ്ങിയ ഭക്ഷണമാണ് പോത്തിറച്ചി. അതു നിരോധിച്ച് ഫാസിസം അടുക്കളയിലും ഇടപെടുന്നതിലൂടെ സാധാരണക്കാരന്റെ കുടുംബബജറ്റും താളം തെറ്റുന്നു. കാളയെയോ പോത്തിനെയോ തിന്നണോ വേണ്ടയോ എന്നതല്ല, നമ്മുടെ അടുക്കളയിലും ആഹാരത്തിലുമൊക്കെ ഫാസിസം ഇടപെടുന്നുവെന്നതാണ് അപകടം.

മദ്ധ്യപ്രദേശിൽ നേരത്തെ തന്നെ ഗോവധം നിരോധിച്ച ബി ജെ പി സർക്കാർ അടുത്തിടെ മറ്റൊരു ഉത്തരവുകൂടി പുറത്തിറക്കി. അലിരാജ്പുർ, മാണ്ട്ല, ഹോഷംഗബാദ് എന്നീ ആദിവാസി ജില്ലകളിലെ അംഗൻവാടികളിൽ കുട്ടികൾക്ക് കോഴിമുട്ട വിതരണം ചെയ്യുന്നത് മുഖ്യമന്ത്രി ശിവരാജ് സിങ് ചൗഹാന്റെ നിർദ്ദേശത്തെ തുടർന്ന് നിരോധിച്ചു. സസ്യേതര ഭക്ഷണമായ മുട്ട നല്കരുതെന്നും പാലും പഴവും മാത്രം വിളമ്പിയാൽ മതിയെന്നുമാണ് നിർദ്ദേശം. താൻ മുഖ്യമന്ത്രിയായിരിക്കുന്നിടത്തോളം കാലം മുട്ട വിതരണം ചെയ്യാൻ അനുവദിക്കില്ലെന്ന് ശിവരാജ് സിങ് പ്രഖ്യാപിച്ചു. മുഖ്യമന്ത്രിയുടെ വൈകാരികപ്രശ്നം കണക്കിലെടുത്താണ് മുട്ട നിരോധിച്ചതെന്ന് അദ്ദേഹത്തിന്റെ പ്രിൻസിപ്പൽ സെക്രട്ടറി എസ് കെ മിശ്ര വ്യക്തമാക്കുകയും ചെയ്തു. പൊതുവെ, പോഷകക്കുറവുള്ള ആദിവാസി കുട്ടികൾക്ക് ആരോഗ്യസംരക്ഷണത്തിനായി മുട്ട നല്കണമെന്ന വിദഗ്ദ്ധാഭിപ്രായമൊന്നും മുഖ്യമന്ത്രി ഗൗനിച്ചില്ല. സ്വന്തം പൗരന്മാരുടെ ആരോഗ്യപ്രശ്നത്തേക്കാൾ സ്വന്തം വൈകാരികതയാണ് മുഖ്യമന്ത്രിക്ക് മുഖ്യം. ഇതിനു പിന്നിൽ രാഷ്ട്രീയതാല്പര്യമല്ലാതെ മറ്റൊന്നുമല്ല. മഹാരാഷ്ട്രയിലെ ബീഫ് നിരോധനത്തിനു സമാനമായി മാത്രമേ ഇതിനെയും നോക്കിക്കാണാനാവൂ. ഇങ്ങനെ, സ്വതന്ത്രവും സാധാരണവുമായ ജീവിതത്തിനു മേലുള്ള കടന്നുകയറ്റം നടത്തുകയാണ് സംഘപരിവാർ. നാം എന്തു ചെയ്യണമെന്ന് അവർ തീരുമാനിക്കുന്നു. മനുഷ്യജീവിതത്തിലെ ഓരോ നിമിഷത്തിലും ഫാസിസം ഇടപെട്ടു കൊണ്ടിരിക്കുന്നു. മൃദുഹിന്ദുത്വത്തിന് സമൂഹത്തിലുള്ള സമ്മതി നമ്മുടെ മസ്തിഷ്കത്തെയും ഫാസിസം സ്വാധീനിച്ചിരിക്കുന്നു എന്നതിന്റെ തെ

ളിവാണ്. ഇന്ത്യൻ സ്വാതന്ത്ര്യസമരത്തിലോ രാഷ്ട്രനിർമ്മാണ പ്രക്രിയയിലോ എന്തെങ്കിലും സംഭാവന അവകാശപ്പെടാനില്ലാത്ത സംഘപരിവാർ ഇന്ന് രാഷ്ട്രീയാധികാരം സംരക്ഷിക്കാൻ വേണ്ടി നമ്മുടെ ഭക്ഷണശീലത്തിൽ പോലും ഇടപെടുന്നു. വസ്ത്രധാരണം, വിദ്യാഭ്യാസം തുടങ്ങിയവയിലേക്കുമൊക്കെ അതു പടരുന്നു. മനുഷ്യരെ തമ്മിലടിപ്പിക്കാനുള്ള എളുപ്പവഴിയാണ് ഗോവധനിരോധനം. മൃഗസംരക്ഷണത്തിന്റെ പേരിൽ മനുഷ്യർ തമ്മിലടിക്കുന്ന അന്തരീക്ഷം ഉണ്ടാക്കിയെടുക്കുന്നു. മനുഷ്യരെ വിഭജിക്കാനുള്ള, അഥവാ കൂട്ടായ്മയെ തകർക്കാനുള്ള ആയുധമായി ഭക്ഷണത്തെ ഉപയോഗിക്കുന്നു. ഇങ്ങനെ, മനുഷ്യർ തമ്മിലുള്ള വേർതിരിവിന്റെ പ്രത്യക്ഷത സൃഷ്ടിക്കുകയാണ് ഫാസിസം. പരസ്പരസംവാദം സാദ്ധ്യമാക്കലും വൈവിദ്ധ്യങ്ങളെ ഉൾക്കൊള്ളലുമാണ് ജനാധിപത്യത്തിന്റെ കാതൽ. വ്യത്യസ്തതകളെ ഛേദിക്കലാണ് ഫാസിസം. ആ നിലയിൽ ജനാധിപത്യത്തിന്റെ നിഷേധമാണ് ഫാസിസം. അഭിപ്രായങ്ങൾക്കല്ല, അധികാരത്തിന്റെ അനുശാസനങ്ങൾക്കു മാത്രമാണ് ഫാസിസം നല്കുന്ന പ്രസക്തി. ദൈനംദിനജീവിതം നിർണ്ണയിക്കുന്നതിലേക്ക് ഫാസിസം വേഗം വളർച്ച പ്രാപിക്കും. അത്തരമൊരു അപകടമുനമ്പിലാണ് ഇന്ത്യ. ജനാധിപത്യത്തിനുമേൽ ഫാസിസം വിജയിക്കുമ്പോൾ ഇന്ത്യയുടെ അസ്തിവാരത്തിനാണ് വിള്ളലുണ്ടാവുന്നത്. വീണ്ടെടുപ്പുകൾ അസാദ്ധ്യമാക്കുന്ന തകർച്ച മാത്രമാണ് അതിന്റെ ഫലം. അത്തരം ആകുലതകളുടെ പങ്കുവയ്ക്കലാണ് ഈ പുസ്തകം.

ഗോവധ നിരോധനവുമായി ബന്ധപ്പെട്ട വിവിധ കാഴ്ചപ്പാടുകളും രാഷ്ട്രീയമായ നിരീക്ഷണങ്ങളുമാണ് ഇതിന്റെ ഉള്ളടക്കം. എരുമ ദേശീയതയുടെ രാഷ്ട്രീയമാനങ്ങളെക്കുറിച്ച് എ വി അനിൽകുമാർ വിശദമായി പ്രതിപാദിക്കുന്നു. ചരിത്രത്തെയും വർത്തമാനത്തെയും കൂട്ടിയിണക്കി ഗോവധനിരോധനത്തിനു പിന്നിലുള്ള സംഘപരിവാർ അജണ്ട തുറന്നു കാട്ടുകയാണ് അദ്ദേഹം.

സംഘപരിവാർ വാദങ്ങളുടെ വാസ്തവവിരുദ്ധത വെളിവാക്കാൻ ചരിത്രാതീതകാലം മുതലുള്ള സത്യങ്ങൾ രാംപുനിയാനിയുടെ അന്വേഷണത്തിലുണ്ട്. ഇസ്ലാമിക ഭരണാധികാരികളാണ് പോത്തിറച്ചി കഴിക്കുന്ന ശീലം ഇന്ത്യയിൽ നടപ്പാക്കിയതെന്ന പ്രചാരണത്തെ ചരിത്രവിശകലനത്തിലൂടെ അദ്ദേഹം നിരസിക്കുന്നു. വേദകാലം മുതൽക്കുതന്നെ ഭാരതീയർ ഗോമാംസം കഴിച്ചിരുന്നു. അന്നൊന്നും ഭക്ഷണം ഏതെങ്കിലുമൊരു സമുദായത്തെ തിരിച്ചറിയാനുള്ള അടയാളമായിരുന്നില്ല. ആര്യകാലഘട്ടത്തിലും ഗോമാംസം ഭക്ഷണമായിരുന്നു. ഗോവധത്തിനെതിരെ നിലയുറപ്പിച്ചയാളെന്ന് സംഘപരിവാർ വിശേഷിപ്പിക്കുന്ന സ്വാമി വിവേകാനന്ദൻ കാലിഫോർണിയയിൽ ഒരു പ്രസംഗത്തിനിടെ പറഞ്ഞത്, ഗോ

മാംസം കഴിക്കാത്തവൻ യഥാർത്ഥ ഹിന്ദുവല്ല എന്നാണ് പഴയകാല ആചാരമെന്നായിരുന്നു. ഇങ്ങനെ, ഗോമാംസം ഒരിക്കലും നിഷിദ്ധമായിരുന്നില്ലെന്ന തെളിവുകളുടെ അന്വേഷണം കൂടിയാണ് രാംപുനിയാനി നടത്തുന്നത്. ഭക്ഷണത്തിന്റെ രാഷ്ട്രീയനാനാർത്ഥങ്ങൾ തേടുകയാണ് ചിന്തകനും ഈ പുസ്തക പരമ്പരയുടെ ജനറൽ എഡിറ്ററുമായ കെ ഇ എൻ. ഭക്ഷണത്തിലെ ജനാധിപത്യത്തിനുവേണ്ടി വാദിക്കുന്ന അദ്ദേഹം ആഹാരശീലങ്ങളുമായി ബന്ധപ്പെട്ട വിചിത്രമായ വൈരുദ്ധ്യങ്ങളും അതിൽ ഒളിഞ്ഞിരിക്കുന്ന രാഷ്ട്രീയകാപട്യങ്ങളുമൊക്കെ തുറന്നുകാട്ടുന്നു. ഭക്ഷണശീലം അടിച്ചേല്പിക്കുന്ന കല്പനകളോടുള്ള കലാപം കൂടിയാണ് കെ ഇ എൻ-ന്റെ പ്രബന്ധം. മഹാരാഷ്ട്രയിൽ ബീഫ് നിരോധിക്കപ്പെട്ടതിന്റെ പ്രത്യാഘാതങ്ങൾ വിലയിരുത്തുകയാണ് അനുപമ കതാകം. ഹിന്ദു വിഭാഗങ്ങളിലുൾപ്പെടെ ആയിരക്കണക്കിനു പേരുടെ ജീവനോപാധി നഷ്ടപ്പെട്ടതും ഗോമാംസവിപണിയിലെ ഇടിവു സൃഷ്ടിച്ച സാമ്പത്തികചലനങ്ങളുമൊക്കെ വിലയിരുത്തപ്പെടുന്നു. ഗോമാംസ നിരോധനം ഒരു സാമൂഹ്യ കാർഷിക പ്രശ്നമായി വികസിച്ചതിന്റെ യാഥാർത്ഥ്യങ്ങളിലേക്കും അനുപമയുടെ അന്വേഷണം നീളുന്നു. ഗോഹത്യയുമായി ബന്ധപ്പെട്ട ഹിന്ദുവികാരങ്ങളെ രാഷ്ട്രീയക്കാർ വളച്ചൊടിക്കുന്നതെങ്ങനെയെന്ന് ഷൊഹെയ്ബ് ഡാനിയേൽ വ്യക്തമാക്കുന്നു. ഹരിയാനയിലെ ഗോവധ നിരോധന നിയമത്തിന്റെ ഉള്ളടക്കങ്ങളും അതിനു പിന്നിലെ രാഷ്ട്രീയവും വിശദമാക്കുകയാണ് ടി കെ രാജലക്ഷ്മി. പൊതുവെ സസ്യാഹാരികളാണ് ഹരിയാനക്കാർ എന്ന വിലയിരുത്തലിന്റെ അടിസ്ഥാനത്തിലാണ് ബി ജെ പി സർക്കാരിന്റെ ഗോവധനിരോധന നിയമം. ഇത് ഹരിയാനയിലെ സാമൂഹ്യ സാമ്പത്തിക പരിസ്ഥിതിയെ എങ്ങനെ ബാധിക്കുന്നുവെന്നും രാജലക്ഷ്മി പരിശോധിക്കുന്നു. ഗോവധനിരോധനത്തിന്റെ മതപരമായ മാനങ്ങൾ ജ്യോതി പുൻവാനി പങ്കുവയ്ക്കുന്നുണ്ട്. തുകൽ നിർമ്മാണമടക്കമുള്ള വ്യവസായിക മേഖലയെ നിരോധനം എങ്ങനെയൊക്കെ ബാധിക്കുമെന്നും ലേഖനത്തിൽ പരിശോധിക്കപ്പെടുന്നു. പുരാണത്തിൽ നിന്നുള്ള കഥാസന്ദർഭങ്ങൾ കൂടി കോർത്തിണക്കി ഗോമാംസനിരോധനത്തെ വിലയിരുത്തുകയാണ് അജു കെ നാരായണനും ചെറി ജേക്കബും. ഭാരതീയരുടെ മാട്ടിറച്ചി ഭക്ഷണത്തിന്റെ ചരിത്രം പുരാവസ്തുഖനനത്തിലൂടെ പുറത്തുവന്നതിന്റെ തെളിവുകളും ചൂണ്ടിക്കാണിക്കപ്പെടുന്നു. ദലിതരെയും ന്യൂനപക്ഷങ്ങളെയും നേരിടാനുള്ള ആയുധമായി ഗോമാംസം എങ്ങനെ ഉപയോഗിക്കപ്പെടുന്നുവെന്ന സംവാദമാണ് പ്രമുഖ ദലിത് ചിന്തകൻ കാഞ്ച ഇലയ്യയുമായി സതീശ് സൂര്യൻ നടത്തിയ സംഭാഷണത്തിന്റെ ഉള്ളടക്കം. ഗാന്ധിയും ബുദ്ധനും സ്വാമി വിവേകാനന്ദനും അവരുടെ ഭക്ഷണശീലങ്ങളും രാഷ്ട്രീയ തന്ത്രജ്ഞത

യുമൊക്കെ കടന്നുവരുന്ന സംഭാഷണത്തിൽ ആർ എസ് എസിന്റെ രാഷ്ട്രീയ അജണ്ടകളെയും കാഞ്ച ഇലയ്യ തുറന്നു കാണിക്കുന്നുണ്ട്. ഗോവധനിരോധനത്തിന്റെ ചരിത്രം അനാവരണം ചെയ്ത് അസഹിഷ്ണുതയുടെ വിത്തുകളെക്കുറിച്ചും ഹിന്ദുത്വം വിജയപ്രഖ്യാപനം നടത്തുന്നതിനെക്കുറിച്ചുമൊക്കെ വർത്തമാനപ്രസക്തമായ നിരീക്ഷണങ്ങൾ പങ്കിടുകയാണ് ഈ പുസ്തകസംരംഭത്തിൽ ഒന്നിക്കുന്ന എഴുത്തുകാർ. വീട്ടുപടിയും കടന്ന് അടുക്കളയിൽ വരെയെത്തിയ ഫാസിസത്തെക്കുറിച്ചുള്ള ജാഗ്രതപ്പെടുത്തലാണ് ഇതിലെ രചനകൾ. സർവ്വോപരി, പ്രതിരോധത്തിന്റെ വഴിവെട്ടവുമാണ് ഈ താളുകൾ.

എരുമ ദേശീയതയും പശുപൂജയും

അനിൽകുമാർ എ വി

സാംസ്കാരിക - സാമ്പത്തിക - രാഷ്ട്രീയ ലാഭവുമായി തുലനം ചെയ്ത് മനുഷ്യക്കുരുതികൾ ന്യായീകരിക്കപ്പെട്ട ഫാസിസ്റ്റ് കാലഘട്ടത്തെപ്പറ്റി ഏണസ്റ്റ് ഹെൻറി എഴുതിയത് കൃത്യമായിരുന്നു. ചില ജനവിഭാഗങ്ങളോടുള്ള ഒരേയൊരു താല്പര്യം തങ്ങളുടെ സംസ്കാരത്തെ നനയ്ക്കാൻ അവരുടെ ചോരവേണമെന്നതാണ് എന്ന നിലയിലുള്ള അഡോൾഫ് ഹിറ്റ്ലറുടെ പ്രതികരണവും ഇതോടു ചേർത്താണ് വായിക്കേണ്ടത്. ഹരിയാണയിലെ ഝജർ ഗ്രാമത്തിൽ പശുവിന്റെ പേരിൽ 2002 അവസാനം അഞ്ച് ദളിതരെ സംഘപരിവാർ നേതൃത്വത്തിലുള്ള സമ്പന്ന - സവർണ്ണ വിഭാഗങ്ങൾ അരിഞ്ഞുതള്ളിയത് അക്കാലത്ത് മാധ്യമങ്ങൾക്ക് നടുക്കമേ ഉണ്ടാക്കിയില്ല. ദളിത് കൂട്ടക്കൊലയ്ക്കുപിന്നിലെ യഥാർത്ഥ പ്രേരണ എന്താണെന്ന് മാധ്യമങ്ങൾ അന്വേഷിച്ചില്ലെന്ന് മാത്രമല്ല, ഫാസിസ്റ്റുവല്ക്കരണ പ്രക്രിയയെ നേർക്കുനേർ പരിശോധിക്കുകയുമുണ്ടായില്ലെന്നതാണ് വാസ്തവം. ഝജറിലെ ദളിത് കൂട്ടക്കൊലയ്ക്ക് ന്യായീകരണങ്ങളുമായി ആദ്യമെത്തിയത് വിശ്വഹിന്ദുപരിഷത്ത് അന്താരാഷ്ട്ര ഉപാദ്ധ്യക്ഷൻ ആചാര്യ ഗിരിരാജ് കിഷോർ. തന്റെ അണികളെ ന്യായീകരിക്കുക മാത്രമായിരുന്നില്ല അദ്ദേഹം. പശുവിനെ തൊട്ടാൽ രാജ്യം കത്തുമെന്ന മുന്നറിയിപ്പും നല്കി. ഹിന്ദു ശാസ്ത്രപ്രകാരം പശുവിന്റെ ജീവൻ ഏറ്റവും വിലപ്പെട്ടതാണെന്ന പത്രസമ്മേളനത്തിലെ ഗിരിരാജ് കിഷോറിന്റെ പ്രഖ്യാപനങ്ങളെ ശല്യപ്പെടുത്താതെ ഇരുന്നു കൊടുക്കുകയായിരുന്നു വൻകിട പത്രലേഖകർ. പശുവിനേക്കാൾ വിലകുറഞ്ഞതാണോ ദളിതരുടെ ജീവിതമെന്ന സംശയം പോലും ഉയരാത്തിടത്താണ് അപകടത്തിന്റെ ആഴം. 2014 ലെ ബി ജെ പി പ്രകടനപത്രികയിൽ പശു മേഞ്ഞുനടന്നപ്പോഴും മാധ്യമങ്ങൾ ഞെട്ടിയില്ല.

ഗുജറാത്തിന്റെ രണ്ടാംഘട്ട കൊലവിളികൾ പശു രാഷ്ട്രീയത്തിലൂന്നി മുന്നോട്ടുകൊണ്ടുപോകാനാണ് സംഘപരിവാരം ശ്രമിച്ചത്. അതിന്റെ ഏറ്റവും പ്രധാന തെളിവ് നരേന്ദ്രമോദിയുടെ 'ഗൗരവ യാത്ര'യുടെ തുടക്കത്തിൽ രാജ്യം കണ്ടു. ഭദീജി ക്ഷേത്രത്തിൽ നിന്നായിരുന്നു അന്ന് പ്രയാണം ആരംഭിച്ചത്. നൂറ്റാണ്ടുകൾ മുമ്പ് കശാപ്പുകാരിൽനിന്ന് പശുവിനെ രക്ഷിക്കവെ മരിച്ചുവീണയാളിന്റെ സ്മാരക ക്ഷേത്രമായി ആർ എസ് എസ് വിശദീകരിക്കുന്നതാണ് ഭദീജി. അവിടെ വാൾ പൂജിക്കുന്ന പതിവുണ്ട്. ആ വാൾ പൂജിച്ചായിരുന്നു മോദിയുടെ പ്രചാരണം ആരംഭിച്ചത്.

പശു മാതാവാണെങ്കിൽ കാളയാണോ ദൈവം എന്ന സ്വാമി വിവേകാനന്ദന്റെ ചോദ്യം വലിയ ചരിത്രബോധമുണ്ടെന്ന് നടിക്കുന്ന മാധ്യമ പ്രവർത്തകർ മറന്നുപോയി. സ്വാമിജിയും ഗോപ്രചാരകനും തമ്മിൽ നടന്ന ചർച്ചയെങ്കിലും വഴികാട്ടേണ്ടതാണ്. നാട്ടിലെ കശാപ്പുകാരന്റെ കൈയിൽനിന്നും ഗോമാതാക്കളെ രക്ഷിക്കാൻ ശ്രമിക്കുന്നതായി സ്വയം വിശേഷിപ്പിച്ച സംഘടനയുടെ പ്രചാരകൻകൂടിയായിരുന്നു വിവേകാനന്ദനെ കാണാനെത്തിയത്. അയാൾ അദ്ദേഹത്തിൽനിന്ന് സംഭാവന തേടുകയുമുണ്ടായി. മദ്ധ്യഭാരതത്തിൽ അപ്പോഴുണ്ടായ ഭയങ്കര ക്ഷാമം ഒമ്പതുലക്ഷം മനുഷ്യരെ കൊന്നത് എടുത്തിട്ട സ്വാമിജി ആ സമയത്ത് എന്തെങ്കിലും സഹായത്തിന് താങ്കളുടെ സഭ മുന്നിട്ടിറങ്ങിയിരുന്നോ എന്നും തിരക്കി. ഗോമാതാവിനെ രക്ഷിക്കുക മാത്രമാണ് തന്റെ സഭയുടെ കടമയെന്ന് പ്രചാരകൻ ആവർത്തിക്കുകയായിരുന്നു. സഹോദരരായ മനുഷ്യർ മരണക്കയത്തിലേക്ക് എടുത്തെറിയപ്പെടുമ്പോഴും കഴിവുണ്ടായിട്ടും താങ്കൾ അവരെ സഹായിക്കാഞ്ഞത് എന്തുകൊണ്ടെന്ന ചോദ്യം സ്വാമിജി മുന്നോട്ടുവെച്ചു. ഗോ സംരക്ഷണ പ്രചാരകന്റെ മറുപടി കൗതുകകരമായിരുന്നു: "അതവരുടെ കർമ്മഫലം. പാപകർമ്മം കൊണ്ടാണ് ദുർഭിക്ഷ വന്നുചേർന്നത്. കർമ്മത്തിനൊത്ത് ഫലവും" എന്ന പ്രതികരണത്തെ അദ്ദേഹം നേരിട്ടതും ശ്രദ്ധേയം.

> സ്വന്തം സഹോദരൻ പട്ടിണിമൂലം പൊരിഞ്ഞു മരിക്കുന്നത് കണ്ടിട്ടും അവരുടെ ഉയിരും ഉടലും നിലനിർത്താൻ ഒരുപിടി ചോറുകൊടുക്കില്ല. കാക്കയ്ക്കും കുയിലിനുംവേണ്ടി കുന്നുകുന്നായി ആഹാര പദാർത്ഥങ്ങൾ വാരി വിതറുകയും ചെയ്യും. മനുഷ്യനിൽ അനുകമ്പ കാണിക്കാത്ത ഇത്തരം സഭാസമിതികളോട് എനിക്കൊട്ടും സഹാനുഭൂതിയില്ല. ഇവകൊണ്ട് സമൂഹത്തിന് എന്തെങ്കിലും പ്രയോജനം ഉണ്ടാകുമെന്ന വിശ്വാസവുമില്ല. കർമ്മഫലം അനുസരിച്ചാണ് മനുഷ്യൻ മരിക്കുന്നതുപോലും! ഈ വിധത്തിൽ കർമ്മസിദ്ധാന്തത്തെ ആശ്രയിക്കുകയാണെങ്കിൽ ലോകത്ത് എന്തുകാര്യത്തിനുവേണ്ടിയും പ്രയത്നവും പ്രവൃത്തിയും ചെയ്യുന്നത് വിഫലമാണെന്ന് തീർച്ചപ്പെട്ട സംഗതിയാവും. അങ്ങനെയാകുമ്പോൾ താങ്കളുടെ പരിപാലന കാര്യവും ഇതിൽനിന്ന് വ്യത്യസ്തമാവില്ല. ഗോമാതാക്കളും താന്താങ്ങളുടെ കർമ്മഗതിക്കനുസരിച്ച് കശാപ്പു

കാരന്റെ കൈയിൽപ്പെടുന്നു, ചാകുന്നു. നാമിതിലൊന്നും ചെയ്യേണ്ടതില്ല (വിവേകാനന്ദ സാഹിത്യ സർവ്വസ്വം - ആറാം ഭാഗം).

മാട് നമ്മുടെ മാതാവ്

സ്വാമിജിയുടെ കുറിക്കുകൊള്ളുന്ന പ്രതികരണം കേട്ടിട്ടും ഗോ സംരക്ഷകൻ പിൻവാങ്ങിയില്ല. എല്ലാം ശരി ഗോക്കൾ നമ്മുടെ മാതാവാണെന്ന് ശാസ്ത്രങ്ങൾ പറയുന്നുണ്ടല്ലോ എന്ന അറിവ് വിളമ്പിയാണ് ഇക്കുറി അയാൾ വിവേകാനന്ദനെ നേരിട്ടത്. "മാട് നമ്മുടെ മാതാവാണെന്ന് ഞാൻ നന്നായി മനസ്സിലാക്കുന്നു. അതല്ലാതെ ഇത്രയും കേമന്മാരായ മക്കളെ മറ്റാര് പ്രസവിക്കും...." എന്ന മറുപടിയിലെ ഫലിതംപോലും ഗോ സംരക്ഷണ സമിതി പ്രവർത്തകന് പിടികിട്ടിയില്ല. ഈ തിരിച്ചറിവില്ലായ്മ മാധ്യമങ്ങളുടെയും നടപ്പു രീതിയാണ്.

മനുഷ്യന്റെ ഭക്ഷണം, വസ്ത്രരീതി, ഭാഷ, ആചാര സമ്പ്രദായം - തുടങ്ങിയവയുടെ പേരിലെല്ലാം സംഘപരിവാരം നടത്തുന്ന അതിക്രമ പ്രചാരണങ്ങളെ വെറും തിരഞ്ഞെടുപ്പ് വിഭവമായിട്ടാണ് മാധ്യമങ്ങൾ വിലയിരുത്തുന്നത്. മാട്ടിറച്ചി തിന്നുന്നവർ എന്ന കാവിപ്പടയുടെ ഔദ്യോഗിക ഭാഷ്യത്തിലെ വിദ്വേഷത കണ്ടതായി നടിക്കുന്നില്ല. ശ്രീകൃഷ്ണ ജയന്തിയോടനുബന്ധിച്ച ഘോഷയാത്രകളിൽ കേരളത്തിൽപ്പോലും പശുപൂജ നടക്കുന്നതിൽ ആരുടെയും നെറ്റി ചുളിഞ്ഞില്ലെന്നത് എടുത്തു പറയേണ്ടതുണ്ട്. ഒരു മൃഗത്തിന്റെ സാമൂഹിക ഉപയോഗമാണ് അതിന് ദൈവിക സ്ഥാനം നല്കുന്നതെങ്കിൽ പശുവിനേക്കാൾ പ്രാധാന്യം എരുമയ്ക്കാണെന്ന കാഞ്ച ഇലയ്യയുടെ പ്രതികരണം മാധ്യമങ്ങൾക്ക് ഒരു സൂചനയും നല്കുന്നുമില്ല. പശുവിനെക്കുറിച്ച് പുരാതന കൃതികളിലുള്ള പരാമർശങ്ങൾ മുൻനിർത്തി ഡി എൻ ഝാ നടത്തിയ നിരീക്ഷണങ്ങൾ അത്യന്തം സാരവത്താണ്. *മിത്ത് ഓഫ് ദി ഹോളി കൗ* എന്ന കൃതി സംഘപരിവാരത്തിന്റെ വിഷ പ്രചാരണങ്ങളെയും മാധ്യമ മൗനങ്ങളെയും പൊളിച്ചുകളയുന്നുണ്ട്. പ്രാചീന ഇന്ത്യയുടെ പ്രധാന ഭക്ഷണങ്ങളിലൊന്ന് ഗോമാംസമായിരുന്നുവെന്നാണ് ഝാ വെളിപ്പെടുത്തിയത്. ഗോപൂജയിലെ വൈരുദ്ധ്യങ്ങളും അദ്ദേഹം തുറന്നുകാട്ടി. ബ്രാഹ്മണന്റെ പശുവിനാണ് പ്രാധാന്യം. മറിച്ച് ശൂദ്രന്റേതടക്കമുള്ള താഴ്ന്ന ജാതിക്കാരുടെ പശുക്കളെക്കുറിച്ച് സംഘപരിവാരം കൊണ്ടാടുന്ന 'ഹിന്ദുരേഖ'കളിൽ മൗനമാണ്. ദളിതരെ പുഴുക്കളെപ്പോലെ ചതച്ചരച്ച് കൊന്നതിനേക്കാൾ ഭയാനകം ആ കുറ്റകൃത്യം പശുവുമായി ബന്ധപ്പെട്ട് ന്യായീകരിച്ച വിശ്വഹിന്ദു പരിഷത്ത് പ്രസ്താവനയാണ്.

പതിനാറാം ലോകസഭാ തെരഞ്ഞെടുപ്പ് പ്രചാരണത്തോടനുബന്ധിച്ച് ബി ജെ പിയുടെ പ്രധാനമന്ത്രി സ്ഥാനാർത്ഥി നരേന്ദ്രമോദി പശു രാഷ്ട്രീയം വീണ്ടും എടുത്തിട്ടത് മാധ്യമങ്ങൾ കണ്ടതായി നടിച്ചില്ല. ബിഹാറിലെ നവാഡയിൽ ചേർന്ന റാലിയിലായിരുന്നു അതിക്രമ പ്രഭാഷണം. ഹരിത വിപ്ലവത്തിനുപകരം രാജ്യം ഇളം ചുവപ്പ് വിപ്ലവത്തിലാ

ണ് അടിവരയിടുന്നതെന്ന മോദിയുടെ ഊന്നൽ മാധ്യമങ്ങൾ വേണ്ടവിധം വിശദീകരിച്ചതുമില്ല. അറുത്തുവെച്ച ഗോംമാംസമാണ് പിങ്ക് റവല്യൂഷൻ എന്ന രൂപീകരണത്തിലൂടെ അർത്ഥമാക്കപ്പെട്ടതെന്നും കണ്ടില്ല മാധ്യമ കർസേവകർ. പരുത്തി കർഷകർക്ക് നല്കാത്ത സബ്സിഡി അറവുകാർക്ക് അനുവദിക്കുകയാണെന്ന മോദി സൂക്തം 2002 ലെ ഝജ്ജർ അനുഭവത്തിന്റെ പുനരാനയിക്കലായിരുന്നു. കാഞ്ച ഇലയ്യ ചോദിച്ചതുപോലെ, പശുവിന്റെ ആഹാരമായ പുല്ല് തന്നെ ഭക്ഷിക്കുന്ന എരുമയെ കൊല്ലുന്നതിൽ മോദിക്ക് എതിർപ്പില്ലല്ലോ? (Buffalo Nationalism, Spiritual Fascism) ഇന്ത്യൻ കന്നുകാലി വിഭാഗത്തിൽ 30 ശതമാനം വരുന്ന എരുമകളാണ് പാലിന്റെ 52 ശതമാനം ചുരത്തുന്നത്. ആരോഗ്യകാരണങ്ങളാലും എരുമപ്പാലാണ് മികച്ചതെന്നും പഠനങ്ങൾ തെളിയിച്ചിട്ടുണ്ട്. പ്രോട്ടീൻ, മിനറൽ ചേരുവകളാൽ സമൃദ്ധമാണത്. പശുവിൻ പാലിനേക്കാൾ പ്രോട്ടീന്റെ തോത് 11.42 ശതമാനം അധികമാണ്. കൊളസ്ട്രോളിന്റെ അംശം വളരെ കുറവാണെന്നതും തെളിഞ്ഞിട്ടുണ്ട്. രാജ്യത്തെ പശുക്കളെ യഥാർത്ഥത്തിൽ ആരാണ് പരിപാലിക്കുന്നത്? ദളിത് വിഭാഗങ്ങൾക്ക് അത് ജീവിതത്തിന്റെ ഭാഗമാണ്. അത്തരമൊരു പ്രവൃത്തി വിഭജനത്തിന്റെ പേരിൽ ദളിതർ കേൾക്കുന്ന ശകാരങ്ങൾക്ക് കൈയും കണക്കുമില്ല. മൃഗശാലാ ജീവികളെപ്പോലെ പശുക്കളെ നിലനിർത്തുകയെന്നതും ബുദ്ധിമുട്ടാണ്. ഉപയുക്തതയാണ് അവയുടെ നിലനില്പിന് ആധാരമെന്നർത്ഥം. ആരാധനയ്ക്കുവേണ്ടി മാത്രം ലക്ഷക്കണക്കിന് പശുക്കളെ തീറ്റിപ്പോറ്റുന്നതും വൻഭാരമാണ്. മൃഗാരാധന പ്രാകൃത നിലവാരത്തിലുള്ള ചടങ്ങാണെന്ന് കണ്ട് പ്രാചീന കാലത്തുതന്നെ എതിർപ്പുകൾ ഉയർന്നിരുന്നു. ബുദ്ധൻ യുക്തിഭദ്രമായ നിലപാടുകൾ എടുത്തതും കാണാതിരുന്നുകൂട. "പട്ടിയെ ഇഷ്ടപ്പെടുന്ന ഫ്രഞ്ചുകാർ ചിലപ്പോൾ അവരുടെ കുതിരകളെ തിന്നുന്നു. കുതിരകളെ സ്നേഹിക്കുന്ന സ്പെയിൻകാർ പശുവിനെ ഭക്ഷിക്കും. പശുക്കളെ ബഹുമാനിക്കുന്ന ഇന്ത്യക്കാരാകട്ടെ പട്ടികളെയാവും അകത്താക്കുക" എന്ന ജെനാഥൻ സഫ്രാൻ ഫോറിന്റെ കൗതുക നിരീക്ഷണം നല്കുന്ന സൂചനകൾ അപാരമാണ്. മികച്ച നോവലുകളിലൂടെ ശ്രദ്ധേയനായിത്തീർന്ന ആ അമേരിക്കൻ എഴുത്തുകാരന്റെ നോൺ ഫിക്ഷൻ കൃതി *ഈറ്റിങ് അനിമൽസ്* ധീരമായ ചോദ്യങ്ങൾ ഉയർത്തുകയുമുണ്ടായി.

ഝജ്ജർ കൂട്ടക്കൊല

ഉറക്കത്തിലാണ്ട ഝജ്ജർ ഗ്രാമത്തെയാണ് സംഘപരിവാരം 2002 ൽ ഭയചകിതമാക്കിയത്. അത് ഇന്ത്യക്കാകെയുള്ള സന്ദേശമായിരുന്നു. ഗുജറാത്തിനുശേഷമുള്ള രാജ്യത്തിന്റെ പ്രയാണദിശ. ദളിത് - പിന്നോക്ക വിഭാഗങ്ങൾ ഇപ്പോഴും അസ്പൃശ്യരാണെന്ന യാഥാർത്ഥ്യം മാധ്യമങ്ങളെ ഞെട്ടിക്കുന്നേയില്ല. ഉത്തരേന്ത്യയിൽ മിക്കയിടത്തും അവർക്ക് പ്രത്യേക കിണറുകൾ. ചായക്കടകളിൽ ഗ്ലാസുകൾക്ക് പകരം മൺകുടങ്ങളും. ഇഷ്ടപ്പെട്ട പുരുഷനൊപ്പം വീട് വിട്ടിറങ്ങിയ പെൺകുട്ടിക്ക് സവർണ്ണ

ഗ്രാമസഭ കൂട്ടബലാത്സംഗമാണ് 'ശിക്ഷ' വിധിച്ചത്. മറ്റൊരിടത്താകട്ടെ, നഗരത്തിൽപ്പോയതിന് രണ്ട് ദളിത് യുവാക്കളെ മൂക്ക് തുളച്ച് കാളകൾക്കൊപ്പം കലപ്പ വലിപ്പിക്കുകയായിരുന്നു. കണ്ണ് കുത്തിപ്പൊട്ടിക്കുകയും ഗർഭിണികളെയും കുട്ടികളെയും ശൂലത്തിൽ കുത്തിനിർത്തുകയും ചെയ്തതിന്റെ ആദ്യ മാതൃകകൾ ലക്ഷ്മൺപൂർ ബാത്തിയിൽനിന്നാണ്. ബതോനിതാലക്കും ഇതേപോലുള്ള അപ്പാർതീഡിന്റെ കഥയാണ് പറയാനുള്ളത്.

> .... തോൽ ഉപയോഗിച്ച് ഷൂസും ചെരുപ്പും നിരവധി സാമഗ്രികളും സ്വയം നിർമ്മിക്കുന്ന ചാമാർ - ദളിത് വിഭാഗങ്ങൾക്ക് വിവരമില്ല എന്ന് പറയുമ്പോൾ ഈ രാജ്യത്തെ ജനങ്ങൾക്ക് എന്ത് സാമൂഹികാവബോധമാണുള്ളത്? ഗ്രാമങ്ങളിലെ മാലിന്യങ്ങൾ നീക്കുന്നവരായതിനാൽ പട്ടികജാതിക്കാരെ ഇന്ന് പാഠപുസ്തകങ്ങളിൽക്കൂടി വൃത്തിഹീനർ എന്നാണ് വിളിക്കുന്നത്. യഥാർത്ഥത്തിൽ അവർ ഗ്രാമങ്ങൾ വൃത്തിഹീനമാക്കുകയാണോ? അതോ വൃത്തിപൂർണ്ണമാക്കുകയാണോ? ചത്തഴുകുന്ന കന്നുകാലികളെ നീക്കം ചെയ്ത് അവയെ മണ്ണിൽ കുഴിച്ചുമൂടി ഗ്രാമങ്ങളെ വൃത്തിയാക്കുന്നത് വൃത്തിഹീനമാകുന്നതെങ്ങനെ? മാലിന്യങ്ങൾ നീക്കാൻ ആരും തയ്യാറാകാതിരുന്നെങ്കിൽ നമ്മുടെ ഗ്രാമങ്ങളുടെ അവസ്ഥ എന്താകുമായിരുന്നു...

എന്ന കാഞ്ച ഇലയ്യയുടെ ചോദ്യം മാധ്യമങ്ങളുടെ ഉത്കണ്ഠയേയല്ല.

തൊഴിൽ പരോൾ

അമേരിക്കൻ സ്ത്രീകളുടെ സാമൂഹ്യ പ്രവേശത്തിലെ വൈരുദ്ധ്യം മുൻനിർത്തിയുള്ള ചില അന്വേഷണങ്ങൾ ഇന്ത്യൻ ദളിതുകൾക്കും ബാധകമാണ്. യുദ്ധത്തിലും വ്യവസായത്തിലും സാമൂഹ്യ പ്രസ്ഥാനങ്ങളിലുമൊക്കെ അവരുടെ പങ്കാളിത്തം ആവശ്യമായി വന്നപ്പോൾ മാത്രമാണ് ഭാര്യ, അമ്മ, സ്ത്രീ, വീട്ടുജോലി, സൗന്ദര്യവല്ക്കരണം, ഒറ്റപ്പെടൽ - മുതലായവയുടെ തടവറയിൽനിന്ന് അവിടത്തെ സ്ത്രീകൾക്ക് ആദ്യമായി രക്ഷപ്പെടാൻ കഴിഞ്ഞത്. ഓരോ അവസരത്തിലും പ്രായോഗികാവശ്യം അവരെ തടവറയിൽനിന്ന് പുറത്തേക്ക് ചാടിച്ചു. പക്ഷേ ആവശ്യം കഴിഞ്ഞയുടൻ വീണ്ടും തടവറകളിലേക്ക് തള്ളിവിടുകയും ചെയ്തു. തൊഴിൽ പരോൾ എന്ന നിലയിലാണ് ഈ നിസ്സഹായവസ്ഥ വ്യാഖ്യാനിക്കപ്പെട്ടത്. ഇന്ത്യൻ കീഴ്ജാതിക്കാരുടെ ധർമ്മസങ്കടവും ഇതിന് സമാനമാണ്. സമൂഹവും പുരുഷനുംചേർന്ന് സ്ത്രീക്ക് ചുറ്റും തീർത്ത ജൈവശാസ്ത്ര തടവറപോലൊന്നാണ് ഇവിടത്തെ അധഃസ്ഥിതർക്കുമേൽ പണിതിരിക്കുന്നതും. *ജനിച്ചുപോയ പെണ്ണ്* എന്ന കൃതിയിൽ അഡ്രിയേൻ റിച്ച് എഴുതി

ഞാൻ വിവാഹിതയായതിന്റെ പിറ്റേദിവസം വ്യക്തവും മൂർത്തവു

> മായി ഓർക്കുന്നു. ഞാൻ തറ തൂത്തുവാരുകയായിരുന്നു. ഒരു വേള അതിന്റെ ആവശ്യമുണ്ടായിരുന്നില്ല എന്നിരിക്കാം. പക്ഷേ ഞനെന്താണ് ചെയ്യേണ്ടതെന്ന് അറിയാമായിരുന്നില്ല. തറ തൂത്തു വാരുമ്പോൾ ഇങ്ങനെ ചിന്തിച്ചു: അതേ ഞാനൊരു സ്ത്രീയാണ്. ഇത് പുരാതനകാലം മുതൽക്കേയുള്ള പണിയാണ്. ഒരു പുരാതന മൂർത്തിയുടെ മുമ്പിൽ മട്ടുകുത്തുകയാണെന്ന് തോന്നി. ചോദ്യം ചെയ്യാൻപോലും പാടില്ലാത്തത്ര പുരാതനം. സ്ത്രീകൾ എക്കാലത്തും ചെയ്തിരുന്നതാണ് ഇത്...

ഇന്ത്യൻ ദളിതന്റെയും ആത്മഗതം ഇങ്ങനെ തന്നെയാണ്. അതൊരു വിധിയായി വിശദീകരിക്കാനാണ് മാധ്യമങ്ങളുടെ വാശി. മോഹഭംഗം വന്ന പഴയ പത്ര കേസരികൾ വിനോദങ്ങളിലേക്കും കിംവദന്തികളിലേക്കും ചാടിക്കയറി ഇരകൾക്കിടയിൽത്തന്നെ ശത്രുക്കളെ തിരിയുന്ന സൗകര്യവാദത്തിന്റെ അടിമകളുമായി. ശതകോടീശ്വരന്മാരായ സ്ഥാനാർത്ഥികളും തെരഞ്ഞെടുപ്പ് വേളകളിൽ ദുരിതം അനുഭവിക്കുന്ന സാധാരണക്കാരന്റെ ഭാവത്തിൽ പെരുമാറുന്നു. കിംവദന്തിക്കാരാകട്ടെ അതിനും മുഖംമൂടിയിട്ട് നല്കുകയാണ്. യുദ്ധവിരുദ്ധർക്കൊപ്പമാണ് താനെന്ന് നടിച്ച ജിമ്മി കാർട്ടർ പ്രസിഡന്റായപ്പോഴും വിയത്നാമിന്റെ പുനർനിർമ്മാണത്തിന് ധനസഹായം നല്കിയില്ല. ഭൂമിയുടെ പകുതിതാണ്ടി 20 ലക്ഷം പട്ടാളക്കാരെ ഇറക്കി എട്ടുവർഷം നീണ്ട യുദ്ധത്തിലൂടെ ആ കൊച്ചു രാജ്യത്തെ ബോംബിട്ട് തരിപ്പണമാക്കുകയും പത്തുലക്ഷംപേരെ കൊല്ലുകയും ചെയ്ത അമേരിക്കയുടെ പ്രസിഡന്റാണ് ഈ നീതിനിഷേധം പ്രഖ്യാപിച്ചതെന്നോർക്കണം. തുടർന്ന് വാർത്താസമ്മേളനത്തിൽ കൂട്ടിച്ചേർത്തു: ഐക്യനാടുകൾക്ക് ഇതിൽ പ്രത്യേക ഉത്തരവാദിത്വമൊന്നുമില്ല; നാശനഷ്ടങ്ങൾ ഇരുഭാഗത്തും ഉണ്ടായിട്ടുണ്ട്. ദളിത് കൂട്ടക്കൊലകളെ സ്വാഭാവികമായി എഴുതി രസിക്കുന്ന മാധ്യമങ്ങളും കാർട്ടറിൽനിന്ന് ഏറെ പഠിച്ചിട്ടുണ്ടാവണം. ജനാധിപത്യത്തിന്റെ വഞ്ചനയെക്കുറിച്ച് അമേരിക്കയിൽ ഗൗരവാവഹങ്ങളായ പഠനങ്ങൾ ഉണ്ടായിട്ടുണ്ട്. വില്യം ഗ്രെയ്ഡറുടെ *ബ്രിട്രേയൽ ഓഫ് അമേരിക്കൻ ഡമോക്രസി: ഹൂ വിൽ ടെൽ ദി പീപ്പിൾ* ധീരമായ ഇടപെടലായിരുന്നു. വഞ്ചനയുടെ കണികകൾ ഇല്ലാത്ത ഇന്ത്യൻ ജനാധിപത്യത്തെക്കുറിച്ച് വാചാലമാവുകയാണ് നമ്മുടെ മാധ്യമങ്ങൾ. *വൺ വേൾഡ്, റെഡി ഓർ നോട്ട്: ദി മാനിക് ലോജിക് ഓഫ് കാപ്പിറ്റലിസം* എന്ന ഗ്രെയ്ഡറുടെ കൃതി ആഗോളവല്ക്കരണത്തെക്കുറിച്ചുള്ള പഠനമാണ്. രാഷ്ട്രീയ - ധന- ബിസിനസ് ശൃംഖലയുടെ അധികാര കേന്ദ്രങ്ങളെ പുതിയ ചലനങ്ങൾ അവിശ്വാസത്തിന്റെയും അപകീർത്തിയുടെയും ചെളിയിലാഴ്ത്തിയതായി അദ്ദേഹം തുറന്നടിച്ചിരുന്നു. പ്രതിസന്ധി ഉണ്ടാക്കിയവർക്ക് പണമെല്ലാം നല്കുകയും ഇരകളുടെ പൊതുസ്വത്തിൽനിന്ന് പണം ഊറ്റുകയുമാണെന്നും ഗ്രെയ്ഡർ കൂട്ടിച്ചേർത്തു. അമേരിക്കൻ വ്യവസ്ഥയ്ക്ക് ഒടിവും ചതവും മാത്രമല്ല, അത് തകർന്നടിഞ്ഞിരിക്കുകയാണെന്നും പ്രവചിച്ചു.

പരിസ്ഥിതിക്ക് കൊലക്കയർ

രാഷ്ട്രീയ - സാമൂഹ്യ അയിത്തത്തിനൊപ്പം സാമ്പത്തിക കൊലക്കയറും നീളുന്നുണ്ട് ദളിത് പിന്നോക്ക വിഭാഗങ്ങൾക്കുനേരെ. മൻമോഹൻസിങ്ങിന്റെ നയങ്ങളേക്കാൾ അപകടകരങ്ങളായ വഴികളിലേക്കാണ് നരേന്ദ്രമോദി അവരെ വലിച്ചു കൊണ്ടുപോകാൻ ശ്രമിക്കുന്നത്. ഭൂമിയും വെള്ളവും കോർപ്പറേറ്റുകളുടെ കാൽക്കീഴിലാക്കാനുള്ള വികസന തന്ത്രമാണ് അതിൽ നിറയെ. പട്ടേൽ പ്രതിമാ നിർമ്മാണത്തിനും ടൂറിസം വിപുലീകരണത്തിനും 70 വില്ലേജുകളുടെ ഭൂമിയും വെള്ളവുമാണ് കുത്തിച്ചോർത്തി നല്കുന്നത്. സാമൂഹ്യ - പാരിസ്ഥിതിക പ്രത്യാഘാതങ്ങൾ മുഴുവൻ അവഗണിച്ചാണിതെന്നതും പ്രധാനം. കച്ച്- സൗരാഷ്ട്ര മേഖലകളിലെ ബദൽ പരീക്ഷണങ്ങൾക്കെല്ലാം അന്ത്യമൊരുക്കിയാണ് ഈ കോർപ്പറേറ്റ്വല്ക്കരണം. ഭവനഗർ ജില്ലയിലെ പവർ സ്റ്റേഷനും പട്ടേൽ പ്രതിമയ്ക്കുമെതിരായ പ്രതിഷേധങ്ങളെ കടുത്ത നിലയിൽ അടിച്ചമർത്തുകയാണ്. പരിസ്ഥിതിക്ക് വൻ പരിക്കേല്പിച്ച് നടക്കുന്ന വ്യവസായവല്ക്കരണത്തിനെതിരെ മത്സ്യത്തൊഴിലാളികളും കൃഷിക്കാരും ആദിവാസി വിഭാഗങ്ങളും ഉയർത്തുന്ന ശബ്ദങ്ങൾ മൂകമാക്കുന്നുമുണ്ട്. ഉയർന്ന നിലവാരത്തിലെത്തിയ മദ്ധ്യവർഗ്ഗവും കോർപ്പറേറ്റ് ഗൃഹങ്ങളുമാണ് മോദിയെ പ്രധാനമന്ത്രിയായി സ്വപ്നം കാണുന്നത്. നീതിക്കുവേണ്ടിയുള്ള ജനകീയ സമരങ്ങളും ഭൂമി ഏറ്റെടുക്കലിനും ചിതറിത്തെറിപ്പിക്കലിനുമെതിരായ ചെറുത്തുനില്പുകളും വരേണ്യരെ സംബന്ധിച്ച് തടസ്സങ്ങൾ മാത്രം. രാജ്യത്തിന്റെ 53 ശതമാനം സമ്പത്ത് കൈയടക്കിവെച്ച പത്തുശതമാനത്തിനിടയിലെ സ്ഥാനമാണ് അവർ സ്വപ്നം കാണുന്നത്. തൊഴിൽ രഹിത വളർച്ചാ മാതൃകയും അടിസ്ഥാനാവശ്യങ്ങളുടെ അപര്യാപ്തതയും ചൂണ്ടിക്കാണിക്കുന്നവരും ഇപ്പോൾ മാധ്യമങ്ങൾക്ക് വികസന വിരുദ്ധരാണ്. ഇക്കുറി ഗോവയിലെ പ്രചാരണ യോഗത്തിൽ മോദി നല്കിയ ഒരു ഉറപ്പ് ഖനനം പുനരാരംഭിക്കുമെന്നായിരുന്നു. പരിസ്ഥിതിയോട് യു പി എ സർക്കാർ കൈക്കൊണ്ട കൊതിയൻ നയങ്ങളുടെ ആവർത്തനവും അതിനപ്പുറവുമാണ് മോദിയിൽനിന്ന് കേട്ടത്. 250,000 ഹെക്ടർ വനഭൂമിയായിരുന്നു മൻമോഹൻസിങ് ഭരണം ഖനി മാഫിയകൾക്ക് ലാഭം കുത്തിക്കിളയ്ക്കാൻ വിട്ടുകൊടുത്തതത്രെ. തൊഴിൽ ലഭ്യത മരവിപ്പിച്ചതിനേക്കാൾ കടുത്ത വിധേയത്വമാണ് മോഡിയുടെ വാഗ്ദാനം. സ്ഥാനചലനം, സ്വത്ത്നഷ്ടം, രോഗങ്ങൾ, അകാലമരണം, പോഷകാഹാരക്കുറവ്, തൊഴിൽ നഷ്ടം — എന്നിങ്ങനെ തിമിർത്താടിയ യു പി എയെയും പിന്തള്ളും മോദിനോമിക്സ്. റോഹിത് പ്രജാപതിയും തൃപ്തി ഷായും നടത്തിയ പഠനം സൂചിപ്പിച്ചതുപോലെ, ഗുജറാത്തിലെ തൊഴിൽക്കണക്കുകൾ പെരുപ്പിച്ചവയായിരുന്നു. കൂലി വളരെ താഴ്ന്നതും . കൃഷിക്കാരെ വ്യാവസായിക മേഖലയിലേക്ക് തള്ളിയിട്ട് മിനിമം ആനുകൂല്യം പോലുമില്ലാതെ നരകിപ്പിക്കുന്നതും ആ പഠനം കണ്ടെത്തി. അന്തരീക്ഷ മലിനീകരണത്തിന്റെ ഇരുണ്ട മേഖലകളിൽ രാജ്യത്തെ 30

ശതമാനം അപായ വ്യവസായങ്ങൾ മറ്റൊരു കാഴ്ച. ആരോഗ്യ - വിദ്യാഭ്യാസ മേഖലകളിൽ ഗുജറാത്തിന്റെ സ്ഥിതി പേടിപ്പെടുത്തുന്നതാണ്. ആദിവാസികളുടെയും ദളിതരുടെയും അവസ്ഥയാകട്ടെ മനുഷ്യരുടേതാണെന്ന് പറയാനുമാവില്ല (വിശദാംശങ്ങൾക്ക് *ഹിന്ദുസ്ഥാൻ ടൈംസ് 2014 മാർച്ച് 30 കാണുക*).

റോക്ക്ഫെല്ലർ - ഫോർഡ് ഫൗണ്ടേഷനുകൾ

ഇന്ത്യയിലെ കോർപ്പറേറ്റുകൾ, അധികാര സ്ഥാപനങ്ങളായി പരിവർത്തിക്കപ്പെട്ടതിന്റെ നാൾവഴികൾ അമേരിക്കയുടേതിന് സമാനമാണ്. അവിടെ റോക്ക്ഫെല്ലർ - ഫോർഡ് ഫൗണ്ടേഷനുകൾ സി ഐ എയും സ്റ്റേറ്റ് ഡിപ്പാർട്ടുമെന്റുമായി കൈകോർത്താണ് കോർപ്പറേറ്റ് രാഷ്ട്രീയം വിളയിച്ചെടുത്തത്. ഇവിടെ റിലയൻസ്, എസ്സാർ, ഇൻഫോസിസ് ശൃംഖലകളെല്ലാം അതുതന്നെ പകർത്തിവെച്ചു. പൊതു അജണ്ടകൾ നിർണ്ണയിക്കാൻ ഈ കമ്പനികൾ ചാരിറ്റബിൾ ഫൗണ്ടേഷനുകളിലൂടെ പണമൊഴുക്കുകയാണ്. എൻ ജി ഒകൾക്കും സിനിമാ - സാഹിത്യോത്സവങ്ങൾക്കും സർവ്വകലാശാലകൾക്കുമാണ് പ്രധാനമായും ഈ സഹായങ്ങൾ. അരുന്ധതിറോയ് ചൂണ്ടിക്കാണിച്ചതുപോലെ, ടാറ്റ ഗ്രൂപ്പ് പതിറ്റാണ്ടുകളായി തുടരുന്ന രീതി ഇപ്പോൾ വൻകിടക്കാരാകെ ഏറ്റെടുത്തിരിക്കുന്നു. അസമത്വം വിളയിച്ചെടുക്കുന്ന നിയോ ലിബറൽ നയങ്ങൾക്കെതിരായ വിമർശനത്തിന്റെ മുനയൊടിക്കുകയാണ് അവയുടെ ലക്ഷ്യമെന്നും അവർ കൂട്ടിച്ചേർത്തു. പൊതുജന സങ്കല്പങ്ങൾ രൂപപ്പെടുത്താൻ ലക്ഷ്യമിട്ടുള്ള പ്രവർത്തനങ്ങളാണ് കരിക്കുലത്തിൽവരെ മുദ്രകളാഴ്ത്തുന്നത്. ചില ജീവകാരുണ്യവാദികളുടെ രഹസ്യ അജണ്ട കോർപ്പറേറ്റ് മൂലധനത്തിന് സ്വതന്ത്ര കമ്പോളം ഒരുക്കുകയാണ്. ജനകീയ പ്രസ്ഥാനങ്ങളെ ആവിയാക്കാനും രാഷ്ട്രീയ രോഷത്തെ ഗതിതിരിച്ചു വിടാനുമാണ് എൻ ജി ഒ കൾക്കുള്ള ഫണ്ടുകൾ ഉപയോഗപ്പെടുത്തുന്നത്. ചൂഷിതരെ പല തട്ടുകളായി വിഭജിക്കുക എന്നതാണ് അതിന്റെ പ്രധാന ലക്ഷ്യം. ഇന്ത്യയെപ്പോലെ നാനാത്വമുള്ള രാജ്യത്ത് അത് എളുപ്പമാണെന്നും അരുന്ധതി എഴുതി. ജനവിരുദ്ധ നയങ്ങൾ നടപ്പാക്കാൻ കോൺഗ്രസ് രാത്രി തെരഞ്ഞെടുക്കുമ്പോൾ ബി ജെ പി പകൽ വെളിച്ചതിൽത്തന്നെ സന്നദ്ധമാകുന്നുവെന്ന അവരുടെ ഉപമയ്ക്കും പുതുമയുണ്ട്. 1984 ലെ സിഖ് വിരുദ്ധ കലാപവും 2002 ലെ ഗുജറാത്ത് വംശഹത്യയും തുലനം ചെയ്യപ്പെടുകയുമാണ്.

വളച്ചൊടിക്കപ്പെടുന്ന വികാരരാഷ്ട്രീയം

ഷൊഹെയ്ബ് ഡാനിയൽ

മഹാരാഷ്ട്രയിൽ ഗോമാംസം നിരോധിച്ചിരിക്കുന്നു. ഏതാണ്ട് രണ്ട് ദശകംമുമ്പ് 1995 ൽ നിലവിലുണ്ടായിരുന്ന ശിവസേന-ഭാരതീയജനതാ പാർട്ടി ഗവൺമെന്റ് അംഗീകരിച്ചതും നിയമസഭ പാസാക്കിയതുമായ മഹാരാഷ്ട്ര ജന്തു സംരക്ഷണ (ഭേദഗതി) നിയമത്തിന് കേന്ദ്ര ഗവൺമെന്റ് ഇപ്പോൾ അംഗീകാരം നല്കിയിരിക്കുന്നു.

മഹാരാഷ്ട്രയിൽ എക്കാലത്തും പശുവിനെക്കൊല്ലുന്നതിന് നിരോധനമുണ്ടായിരുന്നു. എന്നാൽ മൂരിക്കുട്ടന്മാരെയും കാളകളെയും പോത്തിനെയും കൊല്ലുന്നതിന് അനുവദിച്ചിരുന്നു. വാസ്തവത്തിൽ ഗോമാംസം കൈവശം വെക്കുന്നത് – കൊക്കെയ്ൻ കൈവശം വെക്കുന്നതുപോലെ – ഇപ്പോൾ ജയിലിലിലടയ്ക്കാവുന്ന കുറ്റകൃത്യമായി മാറിയിരിക്കുന്നു.

പശുവിനെ കൊല്ലുന്നത് നിയന്ത്രിക്കുകയോ നിരോധിക്കുകയോ ചെയ്യുന്ന നിയമ വ്യവസ്ഥകൾ നിരവധിയുണ്ട്. ഇന്ത്യയിൽ 26 സംസ്ഥാനങ്ങളിലെങ്കിലും പശുവിനെ കൊല്ലുന്നത് നിയന്ത്രിക്കുകയോ പ്രതിരോധിക്കുകയോ ചെയ്യുന്ന നിയമങ്ങളുണ്ട്. എന്നാൽ ഇത് പ്രത്യേകിച്ചും കഠിനമായ ഒന്നാം നിയമ സംഹിതയാണ്.

സജീവമായ രാഷ്ട്രീയ വിഷയം

ഗോവധനിരോധനം മൂലം പശു ഒരു സജീവ രാഷ്ട്രീയ വിഷയമായി മാറിയിരിക്കുന്നു. നരേന്ദ്രമോദി തന്റെ പ്രധാനമന്ത്രി പദത്തിന് വേണ്ടിയുള്ള പ്രചാരണത്തിനിടയിൽ യു പി എ ഗവൺമെന്റിനെ ആക്രമിക്കുന്നതിന് വേണ്ടി പശുവിനെ സംബന്ധിച്ചുള്ള വികാരം ഉണർത്താൻ വേണ്ടി ശ്രമിച്ചിരുന്നു. തന്റെ ബ്ലോഗിൽ അദ്ദേഹം എഴുതി:

> 'പിങ്ക് വിപ്ലവം' കൊണ്ടുവരുന്നതിന് വേണ്ടി കോൺഗ്രസ് നേതൃത്വം കൊടുക്കുന്ന യു പി എ ഗവൺമെന്റ് ഗോഹത്യ പ്രോത്സാഹിപ്പിക്കുകയും ഗോമാംസം കയറ്റുമതി ചെയ്യുകയും ചെയ്യുന്നത് എന്നെ ദുഃഖിപ്പിക്കുന്നു.

തീർച്ചയായും ഇന്ത്യ കയറ്റുമതി ചെയ്യുന്നതിലേറെയും പോത്തിറച്ചിയാണ്, പശു ഇറച്ചിയല്ല. എന്നിട്ടും അത്തരത്തിലുള്ള പണ്ഡിതനാട്യത്തോടുകൂടിയ അർത്ഥഭേദം വരുന്ന പ്രയോഗങ്ങൾ ഒഴിവാക്കാനദ്ദേഹം തയ്യാറായില്ല (മോദി അധികാരത്തിൽ വന്നതിന് ശേഷം ഗോമാംസം കയറ്റുമതി വർദ്ധിച്ചുവെന്നത് വിരോധാഭാസമാണ്). പശു ഇവിടെ. 'ന്യൂനപക്ഷപ്രീണനം' നടത്തുന്നുവെന്ന് പറയുന്ന കോൺഗ്രസിനെതിരെയുള്ള ഒരു കുരച്ചു ചാട്ടം മാത്രമാണ്. മുസ്ലീങ്ങൾ ഗോമാംസം ഭക്ഷിക്കുന്നവരാണെന്ന വളരെ പഴക്കമുള്ള വർഗ്ഗീയ മാതൃകയെ ചൂഷണം ചെയ്യാനുള്ള ഒരു ശ്രമമായാണതിനെ കാണേണ്ടത്.

പിന്നീട് മോദി ക്യാബിനറ്റിലെ ഒരംഗമായ മേനകാഗാന്ധി യുക്തിരഹിതമായ മറ്റൊരു കുരച്ചുചാട്ടം കൂടെ നടത്തി. ഗോമാംസ വ്യവസായത്തിലെ പണം മുഴുവൻ ഭീകര പ്രവർത്തനത്തെ സഹായിക്കാനാണ് ഉപയോഗിക്കുന്നതെന്നായിരുന്നു അവരുടെ വാദം. രാജസ്ഥാനി ബി ജെ പി ഗവൺമെന്റ് വാചകമടിക്കപ്പുറം ഗോവിനെ സംബന്ധിച്ച കാര്യങ്ങൾ കൈകാര്യം ചെയ്യുന്നതിനായി ഒരു പ്രത്യേക മന്ത്രാലയം തന്നെ രൂപീകരിച്ചു. ഇക്കാര്യത്തിൽ കോൺഗ്രസും യഥാർത്ഥത്തിൽ വ്യത്യസ്തമല്ല. ഓർക്കേണ്ട കാര്യം ഈ സംസ്ഥാനനിയമങ്ങളിൽ മിക്കവയും അംഗീകരിച്ചത് കോൺഗ്രസ് ഗവൺമെന്റുകളായിരുന്നു എന്ന കാര്യമാണ്.

ചരിത്രപരമായ വേരുകൾ

പശുവിനെ ഈ രാഷ്ട്രീയ പ്രസക്തിക്ക് ആഴത്തിൽ തന്നെ ചരിത്രപരമായ വേരുകളുണ്ട്. മദ്ധ്യകാലഘട്ടം മുതൽ ഹിന്ദുമതത്തിൽ പശുവിനുള്ള പ്രാധാന്യത്തിന്റെ അനന്തര ഫലമാണത്. തന്റെ അനന്തരാവകാശിയായ ഹുമയൂൺ രാജകുമാരനോട് മുഗൾ രാജ്യാതിർത്തിക്കകത്ത്. ഗോഹത്യ നിരോധിക്കണമെന്ന് ബാബർ ആവശ്യപ്പെട്ടുവെന്നാണ് കരുതപ്പെടുന്നത്. 1586 ൽ ഒരു രാജശാസനത്തോടെ അക്ബർ ഈ പാരമ്പര്യം പിന്തുടർന്നു. സിഖ്-മഹാരാഷ്ട്ര സാമ്രാജ്യങ്ങളിലും ഗോഹത്യ നിരോധിക്കപ്പെട്ടു. മൈസൂറിലെ ഹൈദരാലി കുറ്റം ചെയ്യുന്നവന് ശിക്ഷയായി കൈവെട്ടുമെന്ന് ഭീഷണിപ്പെടുത്തി. 1857 ലെ കലാപകാലത്ത് മുഗൾ ചക്രവർത്തിയായ ബഹദൂർ ഷാ സഫർ ഗോഹത്യ നടത്തുന്നവർക്ക് വധശിക്ഷ നല്കുമെന്ന് പ്രഖ്യാപിച്ചു. ബ്രിട്ടീഷുകാർ ഡൽഹിക്കെതിരെ ഉപരോധമേർപ്പെടുത്തിക്കൊണ്ടിരിക്കുമ്പോൾ ഹിന്ദു-മുസ്ലീം ഐക്യം ലക്ഷ്യം വെച്ചുകൊണ്ടായിരുന്നു ഇത് ചെയ്തത്.

എന്തായാലും ഗോസംരക്ഷണം കൊളോണിയൽ കാലത്തുതന്നെ

ഒരു രാഷ്ട്രീയ പ്രശ്നമായി ഉയർന്നുവന്നിരുന്നു. ഇന്ത്യക്കാർ തങ്ങളുടെ മതപരമായ സ്വത്വത്തിന്റെ അടിസ്ഥാനത്തിൽ ഒരു പൊതുബോധം രൂപപ്പെടുത്താൻ തുടങ്ങിയ കാലം മുതൽ ഇതാരംഭിച്ചിരുന്നു. 'ഹിന്ദു'വും 'മുസ്ലീ'മും ഇപ്പോൾ രാഷ്ട്രീയ വിഭാഗങ്ങളായി മാറിയിരിക്കുന്നു. വേർതിരിയലിന്റേതായ ഈ കാലത്തുതന്നെ ഹിന്ദു ദേശീയതയുടെ മുത്തച്ഛനായ ദയാനന്ദ സരസ്വതി തന്റെ അജണ്ടയുടെ ഒരു മുഖ്യഭാഗമായി ഗോസംരക്ഷണം ഏറ്റെടുത്തിരുന്നു. 1881 ൽ ഗോകരുണാനിധി എന്ന പേരിൽ ഗോഹത്യ ഹിന്ദുത്വത്തിനെതിരായ ആക്രമണമാണെന്ന് കാണിക്കുന്ന ഒരു ലഘുലേഖ അദ്ദേഹം പ്രസിദ്ധീകരിച്ചിരുന്നു. ഗോസംരക്ഷണ സമാജങ്ങൾ രൂപീകരിച്ചാണ് ഈ കാര്യത്തിന് വേണ്ടി ജനങ്ങളെ അണിനിരത്തിയത്. ഇന്നും ഉത്തരപ്രദേശ്, ബീഹാർ, ഹരിയാന, പഞ്ചാബ് എന്നിവിടങ്ങളിൽ അത് സജീവമാണ്. അലഹബാദിലെ ഒരു കോടതി പശുക്കൾ വിശുദ്ധ മൃഗങ്ങളല്ലെന്നും അവരെ ഇറച്ചിക്കു വേണ്ടിക്കൊല്ലുന്നത് നിയമപരമാണെന്നും കാണിക്കുന്ന ഒരു ഉത്തരവ് ഇറക്കിയതിലൂടെ സ്ഥിതി കൂടുതൽ മോശമായി. ഉത്തരപ്രദേശിലെ അസംഗഡിൽ 1893 ലെ ബക്രീദ് ദിനത്തിൽ ഗോസംരക്ഷണത്തിന്റെ പേരിൽ നടന്ന വമ്പിച്ച വർഗ്ഗീയ ലഹളയിലാണിത് അവസാനിച്ചത്. ബ്രിട്ടീഷുകാർക്ക് ഏതാനും ദിവസത്തേക്ക് ആ പ്രദേശത്തിന്റെ തന്നെ നിയന്ത്രണം നഷ്ടപ്പെടുത്താവുന്നത്ര ഭീകരമായിരുന്നു ആ ലഹള.

അതിനുശേഷം ഗോസംരക്ഷണം എന്നത് ഇന്ത്യൻ സ്വാതന്ത്ര്യസമരപ്രസ്ഥാനത്തിന്റെ മുഖ്യധാരയിലെ ഒരു ഭാഗമായി മാറി. ഗാന്ധി ഗോസംരക്ഷണ പ്രശ്നം ഏറ്റെടുത്തു. എന്നാൽ അത് മുസ്ലീങ്ങൾക്കെതിരായി തിരിയാതിരിക്കാനും ബ്രിട്ടീഷുകാർക്കെതിരായി തിരിച്ചുവിടാനും അദ്ദേഹം പ്രത്യേകം ശ്രദ്ധചെലുത്തി. "കൊളോണിയലിസ്റ്റുകൾക്ക് അതില്ലാതെ (ഗോമാംസം) ഒരു ദിവസം പോലും കഴിച്ചുകൂട്ടാനാവില്ല" എന്നദ്ദേഹം പ്രസ്താവിച്ചു. 1927 ൽ എഴുതിയ ഒരു ലേഖനത്തിൽ അസ്പൃശ്യരായവരോട് 'ഗൗരവതരമായ പോരായ്മകളായ' വൃത്തിഹീനത, മദ്യം, പരസ്ത്രീഗമനം 'ഗോമാംസം ഭക്ഷിക്കൽ എന്നിവ ഉപേക്ഷിക്കുവാൻ അദ്ദേഹം ഉപദേശിച്ചു. ഹിന്ദുമതത്തിന്റെ പ്രത്യക്ഷരൂപമാണ് ഗോസംരക്ഷണം എന്നാണദ്ദേഹം അതിനാധാരമായി പറഞ്ഞത്.

ഇതിന്റെ ഫലമായി ഭരണഘടനയിൽ തന്നെ ഭരണകൂടനയത്തിന്റെ മാർഗ്ഗനിർദ്ദേശകതത്ത്വങ്ങളിൽ ഗോസംരക്ഷണത്തിന് ഇടം കിട്ടി. ഉടൻ തന്നെ രണ്ടു നൂറ്റാണ്ടായി നിലനിന്നുവരുന്ന കൊളോണിയൽ നയത്തിന് വിരുദ്ധമായ സംസ്ഥാനങ്ങൾ ഗോഹത്യ നിരോധിക്കുന്ന നിയമങ്ങൾ പാസാക്കാൻ തുടങ്ങി. മതപരമായ താല്പര്യങ്ങളാൽ നയിക്കപ്പെട്ടവയായതിനാൽ ഇതിലെ ചില നിയമങ്ങൾ അത്യധികം രൂക്ഷവും നിർദ്ദയവുമാണ്. ഗുജറാത്തിൽ ഗോഹത്യക്കുള്ള ശിക്ഷ ഏഴുവർഷം ജയിൽവാസമാണ്. ഇതിനേക്കാൾ കൂടുതൽ അപകടമായത് നിരവധി സംസ്ഥാനങ്ങളിലെ നിയമങ്ങളിൽ കുറ്റവാളിയല്ലെന്ന് തെളിയിക്കാനുള്ള ബാദ്ധ്യത കുറ്റം

ചുമത്തപ്പെട്ട പ്രതിക്കാണെന്നതാണ്. മദ്ധ്യപ്രദേശ്, മഹാരാഷ്ട്ര, ഡൽഹി സംസ്ഥാനങ്ങളിൽ ഗോഹത്യക്ക് നിങ്ങൾ അറസ്റ്റു ചെയ്യപ്പെട്ടാൽ സ്വാഭാവികമായും നിങ്ങൾ നിരപരാധിയാണെന്ന് തെളിയിക്കപ്പെടുന്നതുവരെ നിങ്ങളെ കുറ്റവാളിയായാണ് കണക്കാക്കുക. ഇത് നമ്മുടെ ക്രിമിനൽ നിയമത്തിന്റെ അടിസ്ഥാനസിദ്ധാന്തങ്ങൾക്ക് പോലും വിരുദ്ധമാണ്. ഒരു മനുഷ്യനെ കൊന്നാൽ ഇതിനെ അപേക്ഷിച്ച് നിയമം ദയാവായ്പോടുകൂടിയ സമീപനമാണെടുക്കുന്നത്. നിങ്ങൾ കുറ്റവാളിയാണെന്ന് തെളിയിക്കപ്പെടുന്നതുവരെ നിങ്ങളെ കുറ്റവാളിയായാണ് കണക്കാക്കുക. ഇത് നമ്മുടെ ക്രിമിനൽ നിയമത്തിന്റെ അടിസ്ഥാന സിദ്ധാന്തങ്ങൾക്ക് പോലും വിരുദ്ധമാണ്. ഒരു മനുഷ്യനെ കൊന്നാൽ ഇതിനെ അപേക്ഷിച്ച് നിയമം ദയാവായ്പോടുകൂടിയ സമീപനമാണെടുക്കുന്നത്. നിങ്ങൾ കുറ്റവാളിയാണെന്ന് തെളിയിക്കപ്പെടുന്നതുവരെ നിങ്ങളെ നിരപരാധിയായാണ് കണക്കാക്കുക.

കാഫ്ക സമീപനം

കൂടുതൽ വിചിത്രമായ കാര്യം ഭരണകൂടമോ രാഷ്ട്രീയക്കാരോ കൂടുതൽ ഇടപെടുന്നത് കന്നുകാലിയെ കൊല്ലുന്ന കാര്യത്തിൽ മാത്രമാണെന്നാണ്. അഹമ്മദാബാദിൽ കഴിഞ്ഞ വർഷം പെരുന്നാൾ സമയത്ത് ഗോഹത്യ ഇല്ലാതാക്കാൻ തീവ്രശ്രമം നടത്തിക്കൊണ്ടിരിക്കെ ഒരാൾ വെടിവെപ്പിൽ കൊല്ലപ്പെടുകയുണ്ടായി. എന്നാൽ അവിടെത്തന്നെ യാതൊരു തർക്കവുമില്ലാതെ പശുവിൻ തോൽ വ്യവസായം നടന്നുവരുന്നുണ്ട്. മഹാരാഷ്ട്രയും ഡൽഹിയും പോലെ ഗോഹത്യക്കെതിരായ ശക്തമായ നിയമങ്ങൾ നിലനില്ക്കുന്നിടങ്ങളിൽ തന്നെ നഗരത്തിലെ പ്രമുഖ ഹോട്ടലുകളിൽ ബീഫ് വിഭവങ്ങൾ അവരുടെ ഭക്ഷണ വിവരപ്പട്ടികയിൽ ഇടംപിടിക്കുന്നുണ്ട്. പശുവിന്റെ എല്ലും കൊഴുപ്പും വില്ക്കുന്നത് നിരോധിക്കണം എന്നാവശ്യപ്പെടുന്ന ഒരു നിയമത്തിനെതിരെ മദ്ധ്യപ്രദേശിൽ ബി ജെ പി വോട്ടുരേഖപ്പെടുത്തുകയുണ്ടായി. ഗോഹത്യ നിരോധിക്കപ്പെട്ട ഒരു സംസ്ഥാനത്ത് അതേ മൃഗത്തിന്റെ ശരീരഭാഗങ്ങൾ വിറ്റഴിക്കുന്നത് നിയമപ്രകാരം സംരക്ഷിക്കുന്ന നിയമമുണ്ടാവുക എന്നത് മനസ്സിലാക്കണമെങ്കിൽ കാഫ്കയുടെ അയുക്തിക ബോധരീതിയിലൂടെ സഞ്ചരിക്കേണ്ടതായി വരും. കേക്കിന്റെ മുകളിൽ വെക്കുന്ന ചെറിപ്പഴം പോലെ മറ്റൊന്നുകൂടി: ഇന്ത്യയുടെ ഏറ്റവും പ്രിയപ്പെട്ട ഒരു കായിക വിനോദത്തിന് ഉപയോഗിക്കുന്ന പന്ത് ഉണ്ടാക്കിയിരിക്കുന്നത് പശുവിന്റെ ചർമ്മം കൊണ്ടാണ്.

ഇന്നത്തെ ഇന്ത്യൻ സംസ്കാരത്തിലും മതത്തിലും പശുവിന് നല്കപ്പെട്ടിട്ടുള്ള പ്രത്യേകപദവി സംബന്ധിച്ച് തർക്കമുന്നയിക്കുന്നില്ല. ഇതുമൂലം പ്രത്യാഘാതമനുഭവിക്കേണ്ടി വരുന്നത് ഒരു വലിയ ജനവിഭാഗമാണെന്നതിനാൽ. അല്ലെങ്കിൽ മറ്റൊരുതരത്തിൽ ഈ വിഷയത്തെക്കുറിച്ച് ഗൗരവതരമായി കാണാൻ ഒരു ജനാധിപത്യ ഭരണകൂടം തയ്യാറാവണം.

ഗോസംരക്ഷണത്തെ ഭരണകൂടം ഭാഗികമായാണ് കാണുന്നത് എന്നതും വിരോധാഭാസമാണ്. അവർ ആക്രമിക്കുന്നത് അറവുശാലകളെ മാത്രമാണ്. മാംസം പാക്കറ്റിലാക്കി വില്ക്കുന്ന കടകൾ, തോൽ ഊറക്കിടുന്ന സ്ഥലം, ക്രിക്കറ്റ് പന്ത് ഉല്പാദകർ എന്നിവയൊന്നും കുറ്റപ്പെടുത്തലിനിരയാവുന്നില്ല. യഥാർത്ഥത്തിൽ ഈ വ്യവസായങ്ങളൊക്കെ നിർവ്വചനപരമായിത്തന്നെ പശുവിനെ കൊല്ലുന്നത് ഒരു ആവശ്യകതയായി കാണുന്നവരാണ്.

ഗോസംരക്ഷണം എന്ന ഈ വിഷയം സംബന്ധിച്ചുള്ള വിരുദ്ധമായ സമീപനങ്ങൾ കാണിക്കുന്നത് ഇതൊരു മതവിഷയത്തേക്കാളുപരി രാഷ്ട്രീയവിഷയമായാണ് കണക്കാക്കപ്പെടുന്നത് എന്നാണ്. ഗോസംരക്ഷണ വികാരം ഭരണകൂടവും രാഷ്ട്രീയ പ്രവർത്തകരും ജനങ്ങളെ അണിനിരത്തുന്നതിനും വോട്ടുപിടിക്കുന്നതിനും ഒപ്പം മുസ്ലീങ്ങളെയും ദളിതരെയും ഗോഹത്യക്കുത്തരവാദിയാക്കി ലക്ഷ്യംവെക്കുന്നതിനും ഉദ്ദേശിച്ചുള്ളതാണ്. തീർച്ചയായും മറ്റു ഘടകങ്ങളെ പൂർണ്ണമായും അവഗണിക്കുകയാണെന്നതിനാൽ (സാമ്പത്തികമായ പരിഗണനകളാൽ) ഈ നിയമങ്ങൾ രാജ്യത്തെ പശുക്കളുടെ സ്ഥിതി മെച്ചപ്പെടുത്തുന്നതിന് യഥാർത്ഥത്തിൽ യാതൊരു പങ്കും വഹിക്കുകയില്ല.

(കടപ്പാട്: Scroll in, 2015 ഏപ്രിൽ 21)

ഗോഹത്യ:
ഒരു നിരോധനത്തിന്റെ ബാദ്ധ്യത

ടി കെ രാജലക്ഷ്മി

നിരവധി തവണ ഉദ്ധരിക്കപ്പെട്ടിട്ടുള്ള മാർക്സിന്റെ ഒരു സ്വയം സിദ്ധതത്ത്വം പറയുന്നതുപോലെ ചരിത്രം ആദ്യം ദുഃഖപര്യവസായിയായും പിന്നീടൊരു പ്രഹസനമായുമാണ് ആവർത്തിക്കുന്നത്. 2002 ൽ ഹരിയാനയിലെ ദുലിനക്കടുത്തുള്ള സജ്ജർ പൊലീസ് സ്റ്റേഷനിൽ വെച്ച് അഞ്ച് ദളിത് യുവാക്കളെ ഭീകരമർദ്ദനത്തിനിരയാക്കിയത് വൈപരീത്യമെന്ന് പറയട്ടെ, തിന്മക്കുമേൽ നന്മ വിജയം നേടിയതിന്റെ പ്രതീകമായ ദസറ ആഘോഷദിനത്തിലായിരുന്നു. ഈ അഞ്ചുപേർ, അതിൽ ചിലർ മൃഗങ്ങളുടെ തോലുരിക്കുന്നവരായിരുന്നു. എന്നാൽ കന്നുകാലികളെ കൊല്ലുന്നതായി ആരോപിക്കപ്പെട്ടാണ് പിടിയിലായത്. വർഗ്ഗീയത ബാധിച്ച ഒരു ജനക്കൂട്ടം പ്രാദേശിക ഗോസംരക്ഷണ പ്രവർത്തകരുടെ പ്രേരണയ്ക്ക് വശംവദരായി അവരെ തല്ലിക്കൊല്ലുകയായിരുന്നു. കുറ്റവാളികളിൽ ഒരുവിഭാഗം പിന്നീട് നടത്തിയ പ്രസ്താവനകളിൽ പറഞ്ഞത് ഈ അഞ്ചുപേരും ഭൂരിപക്ഷ സമുദായത്തിൽ പെട്ടവരായിരുന്നുവെന്നും എന്നാൽ മുസ്ലീങ്ങളായി തെറ്റായി കണക്കാക്കപ്പെടുകയുമായിരുന്നു എന്നാണ്.

മാർച്ച് 16 ന് ബി ജെ പി ഗവൺമെന്റ് ഹരിയാന ഗോവംശ സംരക്ഷണ പശുപരിപാലന നിയമം 2015 പാസാക്കി. പശുവിനെയും അതിന്റെ സന്തതി പരമ്പരകളെയും കൊല്ലുന്നത് നിരോധിക്കുകയും നിയമലംഘനം നടത്തുന്നവർക്ക് പത്തു വർഷം ജയിൽവാസം ഉറപ്പുവരുത്തുകയും ചെയ്തു. പാക്കുചെയ്ത ഗോമാംസം ഉൾപ്പെടെ ഗോമാംസവും ഗോമാംസോല്പന്നങ്ങളും വില്ക്കുന്നത് നിരോധിച്ച് ഉത്തരവിറക്കിയതിന്റെ രണ്ടാം ദിവസമായിരുന്നു ഇത്. മുമ്പൊക്കെ ഈ ഉല്പന്നങ്ങളുടെ വില്പന അനുവദിക്കാറുണ്ടായിരുന്നു. ഹരിയാനയുടെ ഭരണത്തിൽ വ്യാപകമാംവിധം

സസ്യഭോജികളായ ഒരു സംസ്ഥാനവും ശരാശരി ആളുകൾ ഗോമാംസം ഭക്ഷിക്കാത്തവരുമാണെന്നിരിക്കെ ഈയൊരു നീക്കത്തിന്റെ കാരണമെന്താണെന്ന് സംഭ്രമജനകമായ ഒരു കാര്യമാണ്. ദേശീയ ഗോമാംസ ഭക്ഷണ ശരാശരി ഗ്രാമീണ ഇന്ത്യയിൽ 4 ശതമാനവും നഗരപ്രദേശങ്ങളിൽ 5 ശതമാനവുമാണെന്നിരിക്കെ പ്രത്യയശാസ്ത്രപരമായ മർക്കടമുഷ്ടിയും പൊതുജനവികാരം മുതലെടുക്കലുമല്ലാതെ ഈ നിയമം പാസാക്കിയതിന് പിന്നിൽ മറ്റു യുക്തികളൊന്നും കാണാൻ കഴിയില്ല. സംസ്ഥാനനിയമസഭയിൽ ബില്ലിന്റെ ചർച്ച നടന്നത് ഒരു മണിക്കൂർ മാത്രമാണ്. പാസാക്കിയതാവട്ടെ ശബ്ദവോട്ടോടെയും. മൃഗസംരക്ഷണക്ഷീരോല്പാദകവകുപ്പു മന്ത്രി ഓം പ്രകാശ് ധൻകർ സഭയിൽ ബിൽ അവതരിച്ചുകൊണ്ടു നടത്തിയ പ്രസംഗത്തിൽ 'പൊതുജനത്തിന്റെ ശക്തമായ സാമൂഹികവും മതപരവുമായ വികാരത്തെ കുറിച്ച് പറയുകയും ബിൽ അംഗീകരിക്കുന്നതിനുവേണ്ടി ശക്തമായി വാദിക്കുകയുമുണ്ടായി. അത്ഭുതകരമെന്ന് പറയട്ടെ പ്രതിപക്ഷത്തിരിക്കുന്ന കോൺഗ്രസും ഇന്ത്യൻ നാഷണൽ കോൺഗ്രസും ബില്ലിനെ പിന്തുണച്ചു. മുൻ മുഖ്യമന്ത്രിയായ ഭൂപീന്ദർസിങ് ഗുദ ഈ പുതിയ നിയമത്തിൽ 'അവരുടെ പുറത്ത് തലോടണം' എന്ന് പോലും പറഞ്ഞു. മനോഹർ ലാൽക്കട്ടർ ആദ്യം തന്നെ പാസാക്കിയെടുക്കുന്നതിന് തീരുമാനിച്ച നിയമം ഇതാണെന്നതിൽ അത്ഭുതമില്ല.

പുതിയ നിയമപ്രകാരം ഗോഹത്യചെയ്തതായി തെളിഞ്ഞാൽ മൂന്നുവർഷം മുതൽ പത്തുവർഷം വരെ കഠിനതടവും ഒരു ലക്ഷം രൂപ വരെ പിഴയും വിധിക്കാവുന്നതാണ്. "അറക്കുന്നതിനായി ആരെങ്കിലും പശുവിനെ കയറ്റുമതി ചെയ്യുന്നതിനായി ശ്രമിച്ചാൽ ഏറ്റവും കുറഞ്ഞത് മൂന്നുവർഷം മുതൽ ഏഴുവർഷം വരെ തടവുശിക്ഷ അനുഭവിക്കേണ്ടിവരും." എന്നാണത് പറയുന്നത്. പിഴ ഏറ്റവും കുറഞ്ഞത് മുപ്പതിനായിരം രൂപ മുതൽ എഴുപതിനായിരം രൂപ വരെ അടയ്ക്കാവുന്നതാണ്. പിഴ അടയ്ക്കാൻ പറ്റാതെ വരുന്നവർ ഒരു വർഷം കൂടുതൽ തടവുശിക്ഷ അനുഭവിക്കേണ്ടതായിവരും. അറുക്കുന്നതിനായി പശുക്കളെ കടത്തിക്കൊണ്ടു പോകുന്നതും നിയമം കുറ്റകരമാക്കിയിട്ടുണ്ട്. ഗോഹത്യ അനുവദിച്ചിട്ടുള്ള സംസ്ഥാനങ്ങളിലേക്ക് പശുക്കളെ കയറ്റിക്കൊണ്ടുപോകുന്നതിന് വ്യക്തമായ കാരണം കാണിച്ച് അനുമതി വാങ്ങിച്ചിരിക്കേണ്ടതാണെന്നും നിയമത്തിൽ വ്യക്തമാക്കിയിരിക്കുന്നു. ഗോഹത്യ, ഗോമാംസം വില്ക്കൽ എന്നിവ നടത്തുന്നത് നിയമപ്രകാരം ജാമ്യം കിട്ടാത്ത കുറ്റകൃത്യമാണ്. ഗവൺമെന്റിന്റെ കണക്കുകൾ പ്രകാരം ഹരിയാനയിൽ 400 തൊഴുത്തുകളിലായി 3 ലക്ഷം ഗോക്കളും 1.5 ലക്ഷം അലഞ്ഞുതിരിയുന്ന ഗോക്കളും വീടുകളിൽ വളർത്തുന്ന 18 ലക്ഷം ഗോക്കളുമാണ് ഹരിയാനയിലുള്ളത്.

ഹരിയാനയിലും രാജസ്ഥാനിലുമുൾപ്പെടുന്ന മേവത് മേഖലയിൽ കേന്ദ്രീകരിച്ചിരിക്കുന്ന ന്യൂനപക്ഷജനവിഭാഗത്തെയാണ് ഈ നിരോധനം

ഫലപ്രമായി ലക്ഷ്യം വെക്കുന്നത്. ഹരിയാനയിൽ ഈ വിഷയത്തെ കുറിച്ചുള്ള പൊതുജനാഭിപ്രായം സുരക്ഷിതമായ മൗനമാണ്. മാംസവ്യാപാരത്തിലിടപെട്ട് ജീവിക്കുന്ന ജനവിഭാഗത്തിനു മേൽ നിരോധനമുണ്ടാക്കുന്ന പ്രത്യാഘാതം ഒരു ചർച്ചയും ഇതുവരെ ഉയർത്തിക്കൊണ്ടുവന്നിട്ടില്ല. വാസ്തവത്തിൽ ഗവർണ്ണർ കപ്താൻസിങ് സോളങ്കിയെപ്പോലുള്ളവരുടെ പ്രസ്താവനകൾ വന്നിട്ടുണ്ട്. ഒരു ഗോശാലയുമായി ബന്ധപ്പെട്ടു നടത്തിയ പ്രസംഗത്തിൽ ഈ ബില്ലവതരിപ്പിച്ചതിന് ഗവൺമെന്റിനെ പ്രശംസിക്കുകയാണദ്ദേഹം ചെയ്തത്. കള്ളക്കടത്തുകാരിൽ നിന്ന് പശുക്കളെ സംരക്ഷിക്കുന്നതിനായി ഇടപെടണമെന്ന് അദ്ദേഹം ജനങ്ങളോട് അഭ്യർത്ഥിച്ചു. ദുലിനയിൽ കണ്ടതുപോലെ അക്രമാസക്തമായ അതിജാഗ്രതയെ പ്രോത്സാഹിപ്പിക്കുന്നതിലേക്കാണിത് എത്തിക്കുക. 2014 ൽ നടന്ന ലോകസഭാ തിരഞ്ഞെടുപ്പിന് മുമ്പും അതിന് ശേഷവും ആരോപിക്കപ്പെട്ട കന്നുകാലി കള്ളക്കടത്തിന്റെ പേരിൽ അക്രമാസക്തമായ പ്രതിഷേധപ്രകടനങ്ങളും വർഗ്ഗീയ സംഘർഷങ്ങളും സംസ്ഥാനത്തെ ഗോഗോൺ-പട്ടൗഡ പ്രദേശത്ത് ഉണ്ടായി എന്നത് ഓർക്കുന്നത് നല്ലതാണ്. 2012 ആഗസ്ത് 30 ന് കോൺവോയ് അടിസ്ഥാനത്തിൽ ചാണ്ടിഗഡിൽനിന്ന് മഥുരയിലേക്ക് അലഞ്ഞുതിരിയുന്ന കന്നുകാലികളെക്കൊണ്ടുപോയിരുന്ന 25 ലോറികളിൽ 16 എണ്ണം വഴിയിൽ തടഞ്ഞിട്ട് കത്തിക്കുന്ന സംഭവമുണ്ടായി. ഈ വാഹനവ്യൂഹത്തെ അനുഗമിച്ചിരുന്ന ഗവൺമെന്റ് ഉദ്യോഗസ്ഥർക്കും അർദ്ധ ആരോഗ്യപ്രവർത്തനസംഘത്തിലുള്ളവർക്കും മർദ്ദനമേല്ക്കുകയും കന്നുകാലികളെ അഴിച്ചുവിടുകയും ചെയ്തു. തങ്ങൾ ഔദ്യോഗികകൃത്യനിർവ്വഹണത്തിലായിരുന്നുവെന്ന (അവരുടെ വാഹനങ്ങളിൽ ഔദ്യോഗിക കൃത്യനിർവ്വഹണത്തിൽ എന്നെഴുതിയിരുന്നു) പ്രതിഷേധം കേൾക്കാൻ ആരുമുണ്ടായില്ല. നിരവധി ന്യൂനപക്ഷ വിഭാഗത്തിൽപ്പെട്ട കുടുംബങ്ങൾ ഈ മേഖലയിൽ നിന്ന് ഓടിപ്പോയി. കന്നുകാലികളെ നിറച്ച ലോറികൾ മഥുരയിലെ ഒരു ഗോശാലയിലേക്കാണ് പോയിരുന്നത്. ധജ്ജർവഴി എളുപ്പവഴിക്ക് പോകുമ്പോഴാണ് വാഹനങ്ങൾ തടയപ്പെട്ടത്. ഗോസംരംക്ഷകരെന്ന് സ്വയം നടിക്കുന്നവർ കന്നുകാലികളെയോ എരുമകകളെയോ കൊണ്ടുപോകുന്ന വാഹനങ്ങൾക്ക് ഇവിടെ തടസ്സമുണ്ടാക്കാറുണ്ട്. ഝജ്ജാർ, പട്ടൗഡി, ദാരുഹേരി പ്രദേശങ്ങൾ പ്രത്യേകിച്ചും സംഘർഷാത്മകമാണ്.

ഗവൺമെന്റിൽ അധികാരത്തിലിരിക്കുന്നവർ, മതവികാരങ്ങളെ ദുരുപയോഗിക്കുന്നതിന് വേണ്ടിയുള്ള അത്യുത്സാഹത്തിനിടയിൽ കന്നുകാലി പ്രദർശനമേളകൾ നടത്തണമെന്ന കന്നുടമകളുടെ ആവശ്യത്തെ ദീർഘകാലമായി അവഗണിച്ചുവരികയാണ്. ഈ പ്രവണതകളെ ഹുദ ഗവൺമെന്റ് തുടർന്നില്ല. മേളകളിൽ എത്തുന്ന കന്നുകാലികളെ അറവുകാർക്ക് വില്ക്കുകയാണെന്ന ജനപ്രിയ ഭൂരിപക്ഷ വാദത്തിന് അവർ കീഴടങ്ങുകയായിരുന്നു.

“ഇതെല്ലാം ഗോസംരക്ഷണത്തിന് വേണ്ടിയാണ്” കമ്യൂണിസ്റ്റ്

പാർട്ടി ഓഫ് ഇന്ത്യ (മാർക്സിസ്റ്റ്)യുടെ മുൻ സംസ്ഥാന സെക്രട്ടറിയായ ഇന്ദർജിത്സിങ് പറഞ്ഞു. കന്നുകാലികളുടെ പാൽ നല്കുന്നതിനുള്ള ശേഷികുറയുകയും കാലിത്തീറ്റ വില വർദ്ധിക്കുകയും തുകലിന് ബദൽ ഉല്പന്നങ്ങൾ ലഭ്യമാകുകയും ചെയ്യുന്ന അവസ്ഥയിൽ കന്നുകാലികളെ വളർത്തുന്നത് ലാഭകരമല്ലാത്തതായി തീർന്നിരിക്കുന്നുവെന്നാണ് കാലിവളർത്തലുകാർ പറയുന്നത്. ഫ്രണ്ട്ലൈനോട് സംസാരിച്ച ചില ഗ്രാമീണർ പറഞ്ഞത് സംസ്ഥാനത്തെ ഓരോ സംസ്ഥാനത്തിലും ധാരാളം അലഞ്ഞുതിരിയുന്ന കന്നുകാലികളുണ്ടെന്നാണ്. ഒരു ഗ്രാമീണൻ ചോദിച്ചത് "എന്തുകൊണ്ട് പ്രധാനമന്ത്രിക്കും ഹരിയാന മുഖ്യമന്ത്രിക്കും ഈ അലഞ്ഞു തിരിയുന്ന കന്നുകാലികളെ ദത്തെടുക്കുകയും സ്വന്തം മുറ്റത്ത് വളർത്തുകയും ചെയ്തുകൂടാ" എന്നാണ്. കാലിത്തീറ്റ വില അത്രയും അസഹനീയമായിരിക്കുന്നുവെന്ന് പറഞ്ഞുകൊണ്ടാണിക്കാര്യം പറഞ്ഞത്.

ഇന്ദർജിത് സിങ് പറഞ്ഞത് കർഷകരുടെ പരമ്പരാഗതമായ ഒരു ജീവിതമാർഗ്ഗമാണ് കന്നുകാലി എന്നാണ്. കാർഷികമേഖല ഉഴുന്നതിനും ഉല്പന്നങ്ങൾ കൊണ്ടുപോകുന്നതിനും കന്നുകാലികളെയാണ് ആശ്രയിക്കുന്നത്. ക്ഷീരോല്പന്നങ്ങൾക്ക് ഗോക്കളെയും. കന്നുകാലിവളർത്തലും അവയെ ഇണചേർക്കലും ഇന്നും പ്രാധാന്യമുള്ളതായി തുടരുന്നു. വാസ്തവത്തിൽ മതപരമായ പരിഗണനകളില്ലാതെ തന്നെ പശു ഗോമാതാവായി ചിത്രീകരിക്കപ്പെടുന്നു. ഒരു മൂരിക്കുട്ടന്റെ ജനനം ആഘോഷിക്കപ്പെടുമ്പോൾ പെൺകിടാവിന്റെ ജനനം അത്രമേൽ സന്തോഷമുളവാക്കുന്നില്ല. എന്നാലിന്ന് എരുമകളുടെ കാര്യത്തിൽ മറിച്ചാണെന്നാണ് ഇന്ദ്രജിത് സിങ് വിവരിച്ചത്. കൃഷിയന്ത്രവല്ക്കരിക്കപ്പെട്ടപ്പോൾ കാളകൾക്ക് പകരം ട്രാക്ടറുകൾ വന്നു. കാളവണ്ടി യാദൃച്ഛികം മാത്രമായി മാറി. 2007 ലെ സെൻസെക്സിൽ എരുമകളെ (19.9ലക്ഷം) അപേക്ഷിച്ചു പശുക്കളുടെ (4.2 ലക്ഷം) എണ്ണാം കുറഞ്ഞതായി കണ്ടു. എരുമകളോടു ഈ പ്രതിപത്തി വളരുന്നതായാണ് ഇത് കാണിക്കുന്നത്. അത്തരമൊരു പശ്ചാത്തലത്തിൽ ഗോമാതാവിന്റെ കീർത്തി പുനസ്ഥാപിക്കാനുള്ള ഒരു നിയമത്തിന് ശ്രമിക്കുന്നത് സാമ്പത്തികത്തേക്കാളുമുപരി മറ്റൊന്നിനെ ലക്ഷ്യംവെച്ചാണ്.

ഹരിയാനയിലെ മുറ ഇനത്തിൽപ്പെട്ട എരുമകൾ ഉയർന്ന തോതിലുള്ള പാലുല്പാദനത്തിന് പ്രസിദ്ധമാണ്. കർണാൽ ജില്ലയിലെ ഒരു കർഷകൻ ഒരു മുറ എരുമയെ വാങ്ങിയത് 6 കോടി രൂപ നല്കിയാണ്. കാർഷിക പശ്ചാത്തലമുള്ളവനും ഹിസാർ കാർഷികസർവ്വകലാശാലയിൽ പഠനം നടത്തിയ ആളുമായ ഇന്ദർജിത് സിങ് പറഞ്ഞത് കഴിഞ്ഞ നാലു ദശകങ്ങളായി ഗോക്കളുടെ എണ്ണം മൊത്തം മാടുകളുടെ ശതമാനക്കണക്കിൽ കുറഞ്ഞുവരികയാണെന്നാണ്. 1966 ൽ അത് 40.9 ശതമാനമായിരുന്നെങ്കിൽ 2007 ൽ 14 ശതമാനം മാത്രമായി കുറഞ്ഞു. മറിച്ച് ഇക്കാലത്ത് എരുമകളുടെ ശതമാനം 50.7 ശതമാനത്തിൽ നിന്ന് 79 ശത

മാനമായി വർദ്ധിച്ചു. "അതിനുള്ള ഏകകാരണം പാലുല്പാദനത്തിന്റെ കണക്കിൽ ലാഭകരമായത് കൂടുതൽ ലാഭകരം എന്നതാണ്. ശരാശരി ഒരു പശുവിൽ നിന്ന് കിട്ടുന്നത് 2.9 കിഗ്രാമാണെങ്കിൽ എരുമയിൽ നിന്ന് കിട്ടുന്നത് 4.6 കി ഗ്രാമാണ്."

വാസ്തവത്തിൽ ഗോസംരക്ഷണ നിയമത്തിന്റെ സാമ്പത്തികമായ യുക്തി സംബന്ധിച്ച് യുക്തിപരമായ ഒരു സംവാദം നടന്നിട്ടില്ല. നിയമം പറയുന്നത് പ്രാദേശിക കന്നുകാലി ഇനങ്ങളെ സംരക്ഷിക്കുകയും അവയെ മെച്ചപ്പെടുത്തുകയും വേണമെന്നും ഈയിനം പശുക്കളിൽ നിന്നുള്ള പാൽ സംസ്കരണവും പാൽ ഉല്പന്നനിർമ്മാണവും പ്രോത്സാഹിപ്പിക്കപ്പെടണമെന്നുമാണ്. എന്നാൽ പ്രാദേശിക ഇനം പശുക്കൾ സങ്കരയിനങ്ങളായ സഹിവാൾ, ജഴ്സി, ഹോൾസ്റ്റീൻ ഫ്രൈസിയാൻ പശുക്കളാൽ പകരം വെക്കപ്പെടുന്നു. ഉയർന്ന പാലുല്പാദനത്തിന് ലോകമാകെ പേരുകേട്ട ഇനങ്ങളാണിവ. "അങ്ങനെ പ്രാദേശിക ഇനം പശുക്കൾ പുറംതള്ളപ്പെടുകയും കൂടുതൽ പാർശ്വവത്ക്കരിക്കപ്പെടുകയും ചെയ്യുന്നു." അദ്ദേഹം പറഞ്ഞു. "ഇത്തരം പശുക്കളാണ് അലഞ്ഞുതിരിഞ്ഞു നടക്കുന്ന പശുക്കളുടെ കൂട്ടത്തിലേക്ക് ചേർക്കപ്പെടുന്നത്. ഇങ്ങനെ അവഗണിക്കപ്പെടുന്ന മൃഗം തന്നെയാണ് മറുവശത്ത് ആരാധിക്കപ്പെടുന്നത്."

ഈ ലേഖിക ഹിസാറിൽ കണ്ട നിരവധിയാളുകൾ കന്നുകാലി സംരക്ഷണ കേന്ദ്രങ്ങൾ അഭിവൃദ്ധിയുടെ കേന്ദ്രങ്ങളായി മാറുന്നത് ബിസിനസ്സുകാർ ഉദാരമായ ഗോസംരക്ഷണത്തിന് സംഭാവന നല്കുന്നതിനാലാണെന്നാണ് പറഞ്ഞത്. ഈയിടെയായി സംസ്ഥാന ഗവൺമെന്റുകളും ഇത്തരം കേന്ദ്രങ്ങൾക്ക് ഉദാരമായി ഗ്രാന്റ് നല്കുന്നുണ്ട്. ഒരു ഗ്രാമീണൻ പറഞ്ഞു: "ഈ സംരക്ഷണ കേന്ദ്രം നടത്തുന്നവർ രാത്രി അവയെ ഞങ്ങളുടെ സ്ഥലങ്ങളിലേക്ക് അഴിച്ചുവിടും. അവയെ ഒഴിവാക്കുന്നതിനായി ഞങ്ങൾ കമ്പിവേലികെട്ടിയിട്ടുണ്ട്. ഇവിടെ നിന്നുള്ള കാളകൾ ഗർഭിണികളായ എരുമകളെ ആക്രമിക്കാം. ലാഭകരമല്ലാത്ത മൃഗങ്ങളെ ഗോസംരക്ഷണ സന്നദ്ധ പ്രവർത്തകർ സൂക്ഷിക്കാറില്ല. ഞങ്ങളുടെ ഗതിയറിയാതെയാണ് അവർ ക്ഷീരകർഷകരെ ഉപദേശിക്കാൻ വരുന്നത്."

ഒരു ദേശീയ കർഷക സംഘടനയായ അഖിലേന്ത്യാ കിസാൻ സഭ അലഞ്ഞു തിരിയുന്ന കന്നുകാലികളുടെ എണ്ണം കുറവുവരുത്തണമെന്ന് ആവശ്യപ്പെടുകയും കന്നുകാലികളെ വളർത്തുന്നതിന് മെച്ചപ്പെട്ട നിർദ്ദേശങ്ങൾ വെക്കുകയും ചെയ്തിട്ടുണ്ട്. എന്നാൽ ഗവൺമെന്റ് സ്ഥാപനങ്ങൾ ഊന്നുന്നത് ഗോ'പരിപാലന'ത്തേക്കാളുപരി ഗോസംരക്ഷണത്തിലാണ്. 'പരിപാലനവും' പുതിയനിയമത്തിന്റെ ഭാഗം തന്നെയാണ്. ഇന്ദർജിത് സിങ് പറഞ്ഞു: "ഫെബ്രുവരിയിൽ ഗോമാതാവിന്റെ സ്ഥിതിയെക്കുറിച്ച് റോഹ്ത്തക്കിലെ മഹർഷി ദയാനന്ദ് സർവ്വകലാശാലയിൽ ഒരു പ്രാദേശിക സെമിനാർ നടത്തുകയുണ്ടായി. നിരവധി മതമേലദ്ധ്യക്ഷന്മാരും ബാബമാരും ആണ് കൃഷിമന്ത്രിയോടൊപ്പം വേദിയിൽ ഉണ്ടാ

യിരുന്നത്. പ്രാദേശിക പശുക്കളെ വെച്ചുകൊണ്ട് ഡയറികൾ സ്ഥാപിക്കുന്നവർക്ക് 50 ശതമാനം സബ്സിഡി നല്കുന്നതാണെന്ന പ്രഖ്യാപനമുണ്ടായി. തീർച്ചയായും ഇത് ജനങ്ങളുടെ മതവികാരത്തെ ചൂഷണം ചെയ്യുന്നതിന് വേണ്ടിയാണ്. കാരണം സങ്കരയിനം പശുക്കളാണ് കൂടുതൽ പാൽ ഉല്പാദിപ്പിക്കുന്നത്."

ഹരിയാന രാജ്യ ഗോരക്ഷക സംഘത്തിന്റെ സംസ്ഥാന പ്രസിഡന്റായ സംഷേർ ആര്യ *ഫ്രണ്ട്ലൈ*നോട് പറഞ്ഞത് നിയമം നടപ്പിലാക്കണമെന്നാണ്. "സ്വന്തം കനം വർദ്ധിപ്പിക്കുന്നതിന് വേണ്ടി ഗോക്കളെ വികസിപ്പിക്കുന്നതിനായി കമ്മീഷൻ വ്യവസ്ഥയിൽ ഒരു ലോബി പ്രവർത്തിക്കുന്നുണ്ട്. അവർ ജനങ്ങളെ തെറ്റിദ്ധരിപ്പിക്കുകയാണ്. ഞാൻ പശുവിനെ ഒരു മാതാവായി കരുതുന്നില്ല. അവൾ അതിനേക്കാൾ ഏറെയാണ്. 108 രോഗങ്ങൾക്കുള്ള മരുന്നായി ഗോമൂത്രം ഉപയോഗിക്കാൻ കഴിയും. ഇവിടെ കുറഞ്ഞകൂലി 300 രൂപയ്ക്കടുത്താണ്. ഈ സ്ഥിതിയിൽ ആരാണ് പശുവിനെ സംരക്ഷിക്കുവാൻ തയ്യാറാവുക?" അദ്ദേഹം ചോദിച്ചു. തന്റെ സംഘടന അറക്കാൻ കൊണ്ടുപോകുന്ന പശുക്കളെ രക്ഷിക്കുകയും 16 ടൺ ഗോമാംസം പിടിച്ചെടുക്കുകയും ചെയ്തതായി അദ്ദേഹം അവകാശപ്പെട്ടു. ലബോറട്ടറി പരീക്ഷണങ്ങൾ അത് ഗോമാംസം ആണെന്ന് വ്യക്തമാക്കിയതായി അദ്ദേഹം അവകാശപ്പെട്ടെങ്കിലും അത് യഥാർത്ഥത്തിൽ പോത്തിറച്ചിയായിരുന്നു. ഭരണാധികാരികൾ അലസരായിരുന്നതുകൊണ്ട് ജനങ്ങൾക്ക് നിയമം കൈയിലെടുക്കേണ്ടിവന്നതാണ് 2013 ഗോരഗോണിലെ തീവെപ്പിന് കാരണമായതെന്നാണ് അദ്ദേഹത്തിന്റെ ഭാഷ്യം.

(കടപ്പാട്: *ഫ്രണ്ട്ലൈൻ വാരിക*, 2015 ഏപ്രിൽ 17)

ഗോവധം:
പൊരുളും പൊള്ളത്തരവും

ജ്യോതി പുൻവാനി

ഗോമാംസ വില്പനക്കാർ വെറുതെ ഇരിക്കുകയാണ്, കോൾഡ് സ്റ്റോറേജുകളിലേക്ക് ഉപഭോക്താക്കൾ കയറുന്നില്ല; മുസ്ലീങ്ങൾ നടത്തുന്ന ചെറുകിട ഭക്ഷണശാലകൾ തങ്ങൾക്ക് ഇനി പ്ലേറ്റിന് 30 രൂപക്ക് എത്ര കാലം ഇറച്ചിക്കറി വില്ക്കാനാവുമെന്നതിനെക്കുറിച്ച് അത്ഭുതപ്പെടുകയാണ്, തുകൽ ഉല്പന്ന വ്യാപാരികൾ ശൂന്യമായ ഭാവിയെയാണ് മുന്നിൽ കാണുന്നത്, രാജ്യത്തെതന്നെ ഏറ്റവും വലിയ അറവുശാലയായ സിയോണറിൽ അറവുകാർ തങ്ങളുടെ ശൂന്യമായ സ്റ്റാളുകളിൽ നോക്കിയിരിക്കുന്നു. കാളയെയോ കന്നുകുട്ടിയെയോ അറക്കാൻ കൊണ്ടുവരുന്നതിനെ ഒരു കൂട്ടം പൊലീസുകാർ തടയുന്നു. മാർച്ച് ആദ്യവാരത്തിൽ തന്നെ ഒറ്റരാത്രികൊണ്ട് ഇവരുടെ ലോകം കീഴ്മേൽ മറിഞ്ഞു. അതിന്റെ ഒരൊറ്റക്കാരണം ചില മൃഗങ്ങളുടെ മാംസം തിന്നാൻ ഗവൺമെന്റ് അനുവദിക്കുകയില്ല എന്നതായിരുന്നു.

ഭാരതീയ ജനതാപാർട്ടി ഈ നേട്ടത്തിൽ ആഘോഷിക്കുകയും മുംബൈയിലാകെ പോസ്റ്ററുകൾ പതിക്കുകയും ചെയ്തു. ഗോഹത്യ നിരോധിച്ചതിനാണവർ ആഘോഷം നടത്തിയത്. മഞ്ഞിന്റെ നിറമുള്ള മനോഹരമായ കണ്ണുള്ള പശുവിന്റെ പടം പോസ്റ്ററിൽ നിറഞ്ഞുനിന്നിരുന്നു. എന്നാൽ ഈ പോസ്റ്ററുകളിൽ പറഞ്ഞത് അസത്യമായിരുന്നു; മഹാരാഷ്ട്രത്തിൽ അടിയന്തരാവസ്ഥക്കാലത്ത് 1976 ൽ ഗോഹത്യ നിരോധിച്ചതു മുതൽ പശുവിനെ കൊല്ലുന്നതിൽ നിന്ന് നിരോദനം ഏർപ്പെടുത്തപ്പെട്ടിരുന്നു. ആ നിയമത്തിന് പ്രസിഡന്റിന്റെ അംഗീകാരം ലഭിച്ചത് 1977 ലാണ്. ഈ പുതിയ നിയമം മഹാരാഷ്ട്ര മൃഗപരിപാലന (ഭേദഗതി) നിയമം 1995 നിരോധിക്കുന്നത് പശുവിനെ കൂടാതെ മൂരി, കാള, കാളക്കുട്ടികൾ എന്നിവയെ കൊല്ലുന്നതിനെയാണ്. കന്നുകാലികളിൽ ഇപ്പോൾ കൊല്ലാ

വുന്നത് പോത്തിനെ മാത്രമാണ്. അതിനെ വിശുദ്ധമായി കരുതുന്നില്ല. പശുവും കാള(നന്ദി)യും വിശുദ്ധമാണ്.

മതപരമായ ഒരു നിരോധനം

ബി ജെ പിയുടെ അവകാശവാദം മറിച്ചാണെങ്കിലും നിരോധനത്തിന് പിന്നിലെ ചാലകശക്തി മതവിശ്വാസമാണ്. 1995 ൽ സേന- ബി ജെ പി ഗവൺമെന്റ് ആദ്യമായി അധികാരത്തിൽ വന്നപ്പോൾത്തന്നെ ഈ നിയമം പാസാക്കിയിരുന്നു. എന്നാൽ ഇക്കാലമത്രയും പ്രസിഡന്റ് ഇതിന് അനുമതി നിഷേധിച്ചിരിക്കുകയായിരുന്നു. എന്നാൽ കഴിഞ്ഞവർഷം നടന്ന മഹാരാഷ്ട്ര നിയമസഭാ തിരഞ്ഞെടുപ്പിൽ ഈ ബിൽ നിയമമാക്കുമെന്ന് വാഗ്ദാനം ചെയ്തിരുന്ന ബി ജെ പി പ്രസിഡന്റിന്റെ പക്കൽനിന്ന് മാറ്റിവെച്ചിരുന്ന ഈ ബില്ലിന് അംഗീകാരം വാങ്ങിക്കുകയായിരുന്നു.

വിശ്വാസത്തിന് പുറമെ ബി ജെ പി വക്താവായ മാധവ് ഭണ്ഡാരി നിരോധനത്തിന് രണ്ടു കാരണങ്ങൾ കൂടെ പറയുകയുണ്ടായി. ഗാന്ധിജിയുടെ അഹിംസ സിദ്ധാന്തത്തോടുള്ള പ്രതിപത്തി; സംസ്ഥാനത്തിന്റെ കാർഷിക സമ്പദ് വ്യവസ്ഥക്ക് പിന്തുണ നല്കൽ.

ഗോഡ്സെയെ സ്നേഹിക്കുന്ന ബി ജെ പി ഗാന്ധിജിയെ ഉദ്ധരിക്കുന്നതിലെ യുക്തിരാഹിത്യം മാറ്റിവെക്കാം. അതും അഹിംസയുടെ പേരിൽ. എന്നാൽ മറ്റൊരു ജന്തുഹത്യയും നിരോധിക്കാതിരിക്കെ അഹിംസയെക്കുറിച്ച് പറയുന്നതിൽ അർത്ഥമില്ല. അവർക്കാവശ്യമാണെങ്കിൽ എല്ലാ തരത്തിലുള്ള മാംസഭക്ഷണവും നിരോധിക്കാമായിരുന്നു. കാർഷിക സമ്പദ് വ്യവസ്ഥാവാദം തകരുന്നത് മറ്റൊരു അനുബന്ധ നടപടികളും സ്വീകരിക്കുന്നില്ല എന്നിടത്താണ്.

ഭണ്ഡാരി വിശദീകരിച്ചത് സംസ്ഥാനത്തിലെ കർഷകരിൽ ഭൂരിഭാഗവും നിലമുഴുന്നതിന് കന്നുകാലികളെ ആശ്രയിക്കുന്നവരാണ്, എന്നാൽ കൃത്യമായി മഴ കിട്ടാത്തതുമൂലം അവർക്ക് കന്നുകാലികളെ അറവുകാർക്ക് കൊടുക്കേണ്ടതായി വരുന്നു; അറവുകാരാവട്ടെ പ്രലോഭനങ്ങളുമായി കാത്തുനില്ക്കുകയാണ് എന്നൊക്കെയാണ്. കർഷകർ കന്നുകാലികളെ വില്ക്കുന്നത് ഹൃദയഭാരത്തോടെയാണ്. കാരണം പശുക്കളും കാളകളുമൊക്കെ അവർക്ക് കുടുംബാംഗങ്ങളെപ്പോലെയാണ്. അറവുകാർ ഇതും സാമ്യപ്പെടുത്തുന്നുണ്ട്. അവസാന മാർഗ്ഗമെന്ന നിലയിലാണ് കർഷകർ കന്നുകാലികളെ വില്ക്കുന്നത്. ഒരു നിർബ്ബന്ധവും അവർ ചെലുത്തുന്നില്ല; ഒരു പ്രലോഭനവും ഞങ്ങൾ നടത്തുന്നില്ലെന്നാണവർ പറയുന്നത്. അറവുകാർക്ക് അങ്ങനെ വലിയ വില വാഗ്ദാനം ചെയ്യാനുമാവില്ല.

ഈ പുതിയ നിയമം അങ്ങനെ അറവുകാർക്ക് വേദനാജനകമായ വില്പന നടത്തുന്നതിനെ തടയുമെന്നാണ് ഭണ്ഡാരി പറയുന്നത്. കർഷകന് ഇപ്പോൾ അതിനെയൊരു സുരക്ഷാകേന്ദ്രത്തിൽ ഏല്പിക്കുകയും

ആവശ്യമാവുമ്പോൾ തിരിച്ചുകൊണ്ടുപോവുകയും ചെയ്യാം. അല്ലെങ്കിൽ അയാൾക്ക് തന്റെ കന്നുകാലിയെ കൂടെ വളർത്താൻ പ്രാപ്തിയുള്ള ഒരു കർഷകന് വില്ക്കാം.

ഗാന്ധിയൻ പിന്തുണ

സർവ്വോദയ പ്രവർത്തകനും *ഗോ-വിഭ മാഗസി*ന്റെ പത്രാധിപരുമായ പുഷ്പേന്ദ്രദുബെ ഭണ്ഡാരിയുടെ യുക്തിയെ പിന്തുണച്ചിട്ടുണ്ട്. ഗാന്ധിയന്മാർക്കും വിനോബാഭാവെയുടെ ശിഷ്യർക്കും കൃഷിക്കുപയുക്തമായ ഒരു മൃഗവും കൊല ചെയ്യപ്പെടാൻ പാടില്ല എന്നതൊരു സ്വപ്നമാണ്. സ്വയം സമ്പൂർണ്ണ ഗ്രാമങ്ങൾ എന്ന അവരുടെ കാഴ്ചപ്പാടിന്റെ ഒരു ഭാഗമാണിത്.

എന്നാൽ രാജ്യം പിന്തുടർന്നുവന്ന വികസനപാത അത്തരമൊരു സ്വപ്നത്തെ അസാദ്ധ്യമാക്കിത്തീർത്തു. എന്നാൽ ഗോവധ നിരോധന പ്രചാരണവുമായി മുന്നോട്ടു പോകുന്നതിൽ നിന്ന് ഇതവരെ തടഞ്ഞില്ല. കഴിഞ്ഞ 33 വർഷമായി ഡിയോണർ അറവുശാലക്കു മുമ്പിൽ അവർ ധർണ്ണ നടത്തിവരികയാണ്. രാജ്യത്തെ ഗ്രാമങ്ങളിൽ അവരുടെ കാഴ്ചപ്പാടിന്റെ പൂർത്തീകരണത്തിനുതകുന്ന പരീക്ഷണങ്ങളും അവർ നടത്തിവരുന്നുണ്ട്. ഗോമൂത്രത്തിന്റെ ഗുണഗണങ്ങളെക്കുറിച്ച് ഗവേഷണം നടത്തുന്നതിനുള്ള സ്ഥാപനങ്ങളും ഗോമൂത്രത്തിൽ നിന്നും ചാണകത്തിൽ നിന്നും ഉല്പാദിപ്പിക്കുന്ന ഉല്പന്നങ്ങളുടെ വിതരണ കേന്ദ്രങ്ങളും അവർ നടത്തുന്നുണ്ട്.

ദുബെ പറഞ്ഞത് "നമുക്ക് എണ്ണയധിഷ്ഠിത സമ്പദ് വ്യവസ്ഥയിൽ നിന്ന് മണ്ണ് അധിഷ്ഠിത സമ്പദ് വ്യവസ്ഥയിലേക്ക് മാറാനാവണം." എന്നാൽ ഇതിന് കന്നുകാലികൾ അത്യാവശ്യമാണ്. മഹാരാഷ്ട്രത്തിൽ മറ്റുപല സംസ്ഥാനങ്ങളിൽ നിന്നും വ്യത്യസ്തമായി യന്ത്രവൽക്കൃത കൃഷിരീതിയാണെങ്കിലും കാളകൾ കൃഷിയുടെ അവിഭാജ്യഘടകമാണ്." ഗോവധം നിരോധിച്ചതുകൊണ്ടു മാത്രം ഈ മാറ്റമുണ്ടാക്കാനാവില്ല, എന്നാൽ ഇത് അതിലേക്കുള്ള ആദ്യപടിയാണ് എന്നദ്ദേഹം കൂട്ടിച്ചേർത്തു. ഒരു ഗ്രാമത്തിലേക്ക് പാലിനും വളത്തിനും ഇണചേർക്കുന്നതിനുമായി ആവശ്യമായ കന്നുകാലികൾ എത്രയെന്ന് ആസൂത്രണം ചെയ്യേണ്ടതുണ്ട്.

നരേന്ദ്രമോദിയുടെ വികസന സങ്കല്പത്തിൽ അത്തരമൊരു ആസൂത്രണത്തിന് യാതൊരു പങ്കുമില്ലെന്ന കാര്യം അദ്ദേഹം അംഗീകരിക്കുന്നു. ലോകസഭാതിരഞ്ഞെടുപ്പുകാലത്ത് മോദി പിങ്ക് വിപ്ലവ (ഇറച്ചി കയറ്റുമതി വർദ്ധിപ്പിക്കൽ)ത്തിനെതിരെ പ്രചാരണം നടത്തിയിരുന്നു എന്നാൽ അദ്ദേഹം മാംസക്കയറ്റുമതി നിരോധിക്കാൻ തയ്യാറായോ? അത് ചെയ്യുന്നതിന് ഒരു നിയമത്തിന്റെയും ആവശ്യമില്ല. വാസ്തവത്തിൽ കയറ്റുമതിവർദ്ധിക്കുകയും കൂടുതൽ അറവുശാലകൾക്ക് അനുമതി നല്കുകയുമാണ് ചെയ്തത്. ഇപ്പോഴാകട്ടെ മോദി പറഞ്ഞുകൊണ്ടിരിക്കുന്നത്

നീല വിപ്ലവത്തെക്കുറിച്ചാണ് (മത്സ്യക്കയറ്റുമതി). അത്തരം കയറ്റുമതികളാണ് എണ്ണ ഇറക്കുമതി ചെയ്യുന്നതിനാവശ്യമായ പണം കൊണ്ടുവരുന്നത്. നാം എണ്ണയിലുള്ള ആശ്രിതത്വം കുറച്ചാൽ നമുക്ക് ഗാന്ധിജിയുടെ രാജ്യത്തിന് നാണക്കേടുണ്ടാക്കുന്ന മാംസക്കയറ്റുമതിയുടെ ആവശ്യമില്ലാതാക്കാം.

മഹാരാഷ്ട്രയിലെ ബി ജെ പി ഈ സ്വപ്നം പങ്കുവെക്കുന്നുണ്ടോ? ഭണ്ഡാരി തിരക്കിട്ട് വ്യക്തമാക്കിയത് തന്റെ പാർട്ടി കൃഷിയുടെ യന്ത്രവല്ക്കരണത്തിന് എതിരല്ല എന്നായിരുന്നു. പുതിയ നിയമം ചെറുകിടക്കാരെ, കർഷകരെ സഹായിക്കുന്നതിന്. അവർക്ക് ട്രാക്ടർ ആവശ്യമില്ല; എന്നാൽ കാളകളുടെ ആവശ്യം തീർച്ചയായും ഉണ്ട്.

എന്നാൽ ഭണ്ഡാരിയുടെ വാദത്തിൽ ഗൗരവതരമായ ഒരു വിള്ളലുണ്ട്. വരൾച്ച ഉണ്ടായതുകൊണ്ടുമാത്രം കർഷകർ അവരുടെ കന്നുകാലികളെ വില്ക്കരുത്. മിക്കവാറും പേർ അങ്ങനെ ചെയ്യുന്നത് അതിന്റെ ഉപയോഗക്ഷമത ഇല്ലാത്തതിന് ശേഷവും അവജീവിക്കുന്നതുകൊണ്ടാണ്. അറവുകാരിൽ നിന്ന് അവർക്ക് കിട്ടുന്ന 15000-ഓ 20000 -ഓ വരുന്ന തുക അവർ പുതിയ കന്നുകാലിയെ വാങ്ങിക്കുന്നതിന് വേണ്ടിയാണ് ചെലവഴിക്കുന്നത്. കന്നുകാലിക്കു വയസ്സായാൽ കർഷകർ അതിനെ എന്തുചെയ്യണം? അതിന് വില കൊടുക്കാൻ കന്നുകാലി സംരക്ഷണ കേന്ദ്രങ്ങൾ തയ്യാറാവുമോ?

ഇപ്പോൾ ധാരാളം കന്നുകാലി സംരക്ഷണ കേന്ദ്രങ്ങളുണ്ട്. അത്ഭുതകരമെന്ന് പറയട്ടെ ഭണ്ഡാരിയോ ദുബെയോ ഈ സംരക്ഷണ കേന്ദ്രങ്ങളുടെ ഒരു ശൃംഖലയുണ്ടാക്കുന്നതിൽ ഗവൺമെന്റിന്റെ പങ്കിനെക്കുറിച്ച് ഒന്നും പറയാൻ തയ്യാറാവുന്നില്ല. രണ്ടുപേരും പറയുന്നത് അത് സമൂഹത്തിന്റെ ഉത്തരവാദിത്വമാണെന്നാണ്. നിരവധി എൻ ജി ഒ ക്കാർ ഇപ്പോൾത്തന്നെ ഗോശാലകൾ രാജ്യമെമ്പാടും നടത്തുന്നുണ്ട്. ഭൂമി സംഭാവനയായി കിട്ടിയാൽ ഇനിയും നടത്താൻ തയ്യാറുമാണ്.

എന്നാൽ കന്നുകാലി സംരക്ഷണത്തിന് ഭൂമി മാത്രം പോര. വെള്ളത്തിനും തീറ്റയ്ക്കും നല്ല ഒരു സംഖ്യ ചെലവുവരും. കാർഷിക മന്ത്രാലയത്തിന്റെ കന്നുകാലി വളർത്തൽ സംബന്ധിച്ച 2013-14 ലെ റിപ്പോർട്ട് അതനുസരിച്ച് രാജ്യത്ത് 35 ശതമാനം മുതൽ 57 ശതമാനം വരെ കാലിത്തീറ്റ ദൗർലഭ്യമുണ്ട്. മഹാരാഷ്ട്രയാവട്ടെ ജലദൗർലഭ്യം അനുഭവിക്കുന്ന സംസ്ഥാനം കൂടെയാണ്

ദോഷഫലമുളവാക്കുന്ന നിയമം

മുംബൈ സബർബൻ ബീഫ് ഡീലേഴ്സ് അസോസിയേഷൻ പ്രസിഡന്റായ മുഹമ്മദ് അലി ഖുറേഷി പറയുന്നത് ഈ പുതിയ നിയമം ദോഷകരമായ ഒന്നാണെന്നാണ്. കാണാതെപോകുന്ന ഒരു കാര്യം കാളകളുടെ എണ്ണത്തിൽ വരുന്ന കുറവാണ്. ഒരിക്കൽ മൃഗങ്ങളുടെ ഉപയോഗം താഴോട്ടു പോയാൽ അതിന്റെ എണ്ണത്തിലും സ്വാഭാവികമായി കുറവുവ

രുമെന്നാണ് അദ്ദേഹത്തിന്റെ വാദം. വാങ്ങാനാളില്ലാത്ത അവസ്ഥ വന്നപ്പോഴാണ് കുതിരയുടെ എണ്ണം കുറഞ്ഞത്. പശുക്കളെ വില്ക്കാനാവാത്ത അവസ്ഥ വന്നാൽ അവയുടെ എണ്ണവും കുറയും.

ഈ വസ്തുതകളുടെ അടിസ്ഥാനത്തിൽ കാർഷിക സമ്പദ് വ്യവസ്ഥക്കുവേണ്ടിയാണ് ഈ നിയമമെന്ന വാദം തള്ളിക്കളയാം. ബാക്കിവരുന്ന വിശ്വാസം സംബന്ധിച്ച വാദമുഖമാണ്. മുംബൈയിലെ അറവുകാറിൽ ഖുറേഷ വിഭാഗമാണ് ഈ വ്യാപാരത്തിൽ മുമ്പന്തിയിൽ നില്ക്കുന്നത്. ഇത് തുടക്കത്തിൽ തന്നെ മനസ്സിലായിരുന്നു. എല്ലാവരും ഈ തീരുമാനത്തെ വോട്ട് ബാങ്ക് രാഷ്ട്രീയമായാണ് ബന്ധപ്പെടുത്തിയത്.

കഴിഞ്ഞ ലോകസഭാ തിരഞ്ഞെടുപ്പുകാലത്തുതന്നെ പരമ്പരാഗതമായി കോൺഗ്രസിന് വോട്ടുചെയ്യുന്ന നിരവധി മുംബൈ മുസ്ലീം വോട്ടർമാർക്ക് ആം ആദ്മി പാർട്ടിക്കൊപ്പം പോകണമെന്നുണ്ടായിരുന്നു. എന്നാൽ അവർ വോട്ടുമാറ്റി ചെയ്യാതിരുന്നത് ബി ജെ പി അധികാരത്തിൽ വന്നാൽ (എ എ പി വരില്ലെന്നുറപ്പായിരുന്നു) ബക്രീദിന് കാളയെ അറുക്കാൻ അനുവദിക്കില്ലെന്ന ചെവിക്കു ചെവിയുള്ള പ്രചാരണത്തിന്റെ ഭാഗമായിട്ടായിരുന്നു. ബക്രീദിന് മുസ്ലീങ്ങളും വിശ്വഹിന്ദുപരിഷത്തിന്റെ ഗോരക്ഷാദളക്കാരും തമ്മിൽ സംഘർഷങ്ങൾ ഉണ്ടാവാറുണ്ടായിരുന്നു.

എന്തായാലും കോൺഗ്രസ് തോറ്റു. കുശുകുശുക്കൽ പ്രചാരണം ബക്രീദിന് മുമ്പുതന്നെ അന്യമായി ഭവിക്കുകയും ചെയ്തു. മുസ്ലീം പ്രദേശമായ മദൻപുരിയിലെ അറവുകാർ സംഭരിച്ചിരുന്ന കാളകളെ ഇപ്പോഴും അറുക്കുന്നുണ്ടെങ്കിലും അവിടെ കച്ചവടക്കാരുണ്ടെങ്കിലും അടുത്ത തവണ ബി ജെ പിക്ക് ഒരു വോട്ടുപോലും കൊടുക്കില്ലെന്നാണവർ പറയുന്നത്.

ബി ജെ പി യെ അത് ആശങ്കാകുലരാക്കുന്നില്ല. "അവർ എത്രപേർ ഞങ്ങൾക്ക് വോട്ടു ചെയ്തിട്ടുണ്ട്?" എന്നാണ് ഭണ്ഡാരി ചോദിക്കുന്നത്. മറുപടിയും അദ്ദേഹം തന്നെ പറയുന്നു. "5 ശതമാനം 6 ശതമാനം" കഴിഞ്ഞ തെരഞ്ഞെടുപ്പിന് ശേഷം മഹാരാഷ്ട്രത്തിൽ ഇതാദ്യമായി ബി ജെ പിക്ക് 13 ശതമാനം വോട്ടുപിടിക്കാനായി എന്ന് താങ്കൾ തന്നെ പറഞ്ഞതാണെന്നും ഓർമ്മപ്പെടുത്തിയപ്പോൾ ആ വോട്ട് സംസ്ഥാനത്തെല്ലായിടത്തും ഒരേപോലെയല്ലെന്ന മറുപടിയാണ് പറഞ്ഞത്. മാത്രമല്ല അങ്ങനെ വോട്ടുചെയ്തവർക്ക് ഇത് പാർട്ടി മാനിഫെസ്റ്റോയുടെ ഭാഗമാണെന്നറിയാമെന്നും അദ്ദേഹം വ്യക്തമാക്കി.

തീർച്ചയായും ഈ നിരോധനത്തിൽ എല്ലാ മുസ്ലീങ്ങൾക്കും ദോഷം വരുത്താനിടയില്ല. പ്രത്യേകിച്ചും കോൺഗ്രസിനോട് മനസ്സുമടുക്കുകയും നരേന്ദ്രമോദിയുടെ ആഹ്വാനം കേൾക്കുകയും ചെയ്തവർക്ക്. ഉദാഹരണത്തിന് കൊങ്കണിമുസ്ലീങ്ങൾ സാധാരണയായി ഗോമാംസം ഭക്ഷിക്കാറില്ല; അവരുടെ ഇഷ്ട ഭക്ഷണം മത്സ്യമാണ്. എന്നാണ് ബി ജെ പിക്കുവേണ്ടി പ്രചാരണം നടത്തിയ മഹാരാഷ്ട്ര മുസ്ലീം സംഘത്തിന്റെ കൺവീനറായ ഫക്കീർ മുഹമ്മദ് താക്കൂർ പറയുന്നത്. പരമ്പരാഗതമായി അറ

വുകാരനായ ഖുരേഷികളും ഖാതിക്കുകളുമാണ് കൂടുതൽ ബുദ്ധിമുട്ടി ലാവുക. നിരവധി ചെറുപ്പക്കാരായ ഖുറേഷികൾ വിദ്യാഭ്യാസം നേടുകയും മറ്റുതൊഴിലുകളിലേർപ്പെടുകയും ചെയ്തിട്ടുണ്ടെങ്കിലും പഴയതലമുറയിൽപ്പെട്ട നിരവധിപേർ, പ്രത്യേകിച്ച് ദരിദ്രർ അവരുടെ കുടുംബത്തെ തൊഴിൽ തന്നെയാണ് നടത്തിവരുന്നത്. സാന്താക്രൂസിൽ സമുദായത്തിനകത്ത് പ്രവർത്തിക്കുന്ന നിസാർ ഖുറേഷി പറഞ്ഞത്. "എനിക്കിനി ഈ വയസ്സുകാലത്ത് എന്ത് ചെയ്യാനാവും. എനിക്ക് 60 വയസ്സായി; പെൺകുട്ടികളെ കെട്ടിച്ചയക്കാനുണ്ട്."

ഗോമാംസം ഭക്ഷിക്കുന്ന മറ്റു സമുദായങ്ങൾ ക്രിസ്ത്യാനികളും ദളിതരും അലഞ്ഞുതിരിയുന്ന ഗോത്രവർഗ്ഗക്കാരുമാണ്. ഭാവി തെരഞ്ഞെടുപ്പുകണക്കു കൂട്ടലുകളിൽ ബി ജെ പി അവരെയും അവഗണിക്കും. ഇതൊരു ദളിത് പ്രശ്നമേയല്ല. "ദളിത് സമുദായം ചിന്തിക്കുന്നതല്ല ദളിത് നേതാക്കൾ പറയുന്നത്." എന്ന് ഭണ്ഡാരി ഉറപ്പിച്ചു പറയുന്നു. എന്നിട്ട് കൂട്ടിച്ചേർക്കുന്നു. "വടക്കുകിഴക്കൻ പ്രദേശങ്ങളൊഴികെ ഇന്ത്യയിൽ ഒരിടത്തും ഗോമാംസം ഒരു ഇഷ്ടഭക്ഷണമല്ല."

രാഷ്ട്രീയമായുണ്ടാവുന്ന നഷ്ടം നാമമാത്രമായിരിക്കും (അത്തരം കാര്യങ്ങളെ സംബന്ധിച്ച് ഇംഗ്ലീഷ് പത്രങ്ങൾ ചില ശബ്ദങ്ങൾ ഉണ്ടാക്കുന്നുണ്ട്). "മറ്റുഭാഗത്ത് ഉണ്ടാക്കാനാവുന്ന രാഷ്ട്രീയ നേട്ടം നിർണ്ണായകമായിരിക്കും. ബി ജെ പിയുടെ അടിസ്ഥാനവോട്ടർമാർ ആവേശത്തിലാണ്. വരുന്ന തിരഞ്ഞെടുപ്പുകളിൽ കോൺഗ്രസ് ഭരണകാലത്ത് ജന നിരോധനം ഞങ്ങൾ ആവശ്യപ്പെട്ടിട്ടും അധികാരത്തിലിരുന്നപ്പോൾ ഒന്നും ചെയ്യാതിരുന്നതെന്തെന്ന് പറയാൻ അവർ നിർബ്ബന്ധിതമാകും." എന്നാണ് ഭണ്ഡാരി വിശദീകരിക്കുന്നത്.

ഗോമാംസത്തിന്റെ പുറത്തുള്ള സാമ്പത്തികകാര്യങ്ങൾ

അനുബന്ധ വ്യവസായങ്ങളായ മൃഗക്കൊഴുപ്പ്, മരുന്നുകൾ എന്നിവ നാമമാത്രമാണെങ്കിലും തുകൽ അങ്ങനെയല്ല. 2011-12 ൽ മാത്രം 4.86 ബില്യൺ പൗണ്ടാണ് തുകൽ ഉല്പന്നങ്ങൾ കയറ്റുമതി ചെയ്തത്. എന്നാൽ ഭണ്ഡാരി ഈ ആശങ്കതള്ളിക്കളയുന്നു. സമ്പന്നർക്ക് മാത്രമേ യഥാർത്ഥ തുകൽ ഉല്പന്നങ്ങൾ വാങ്ങാനാവൂ എന്നതിനാൽ ഇതുകൊണ്ട് ബുദ്ധിമുട്ടുണ്ടാവില്ല. മഹാരാഷ്ട്രയിൽ അസ്വാഭാവിക തുകൽ ഉല്പന്നങ്ങൾക്കാണ് വിപണിയുള്ളത്. എന്നാൽ കയറ്റുമതിയുടെ കാര്യത്തിൽ അത് ഗോമാംസമായാലും തുകലായാലും അതിനെപ്പറ്റി അദ്ദേഹത്തിനൊന്നും തന്നെ പറയാറില്ല.

അവസാനമായി എന്താണ് കർഷകരുടെ കാര്യം? അവർ അവരുടെ വയസ്സൻ കന്നുകാലികളെ എന്തുചെയ്യണം?

ഇതേപോലെ നിരോധനം നിലനില്ക്കുന്ന സംസ്ഥാനങ്ങളായ യു പി, ഡൽഹി, മദ്ധ്യപ്രദേശ്, രാജസ്ഥാൻ, ഗുജറാത്ത്, പഞ്ചാബ്, ഹരിയാന എന്നിവിടങ്ങളിലെ കർഷകർ എന്താണ് ചെയ്യുന്നത്? അതെന്താ

ണെന്ന് അറിയാനാവുന്നില്ല. യു പി യിൽ ഒരു ഗ്രാമത്തിൽ ഒരു സമുദായക്കാർക്കാവും ആധിപത്യം. മുമ്പെയിലുള്ള ഒരു ഖുറേഷി, അയാൾക്ക് കുടുംബപരമായി യു പി യിലുള്ളവരുമായി ബന്ധമുണ്ട്. "വളരെ അപൂർവ്വമായി മാത്രമേ പുറമെയുള്ള ആൾക്ക് അവിടെ കയറാനാവൂ; അതിനാൽ ഒരു മുസ്ലീം ഗ്രാമത്തിൽ കാളകളെ കൊല്ലുകയും മാംസംനഗത്തിൽ എത്തിക്കുകയും ചെയ്യുന്നു. എന്നാൽ മഹാരാഷ്ട്രയിൽ സ്ഥിതി ഇതല്ല. ഒരേ ഗ്രാമത്തിൽ ഒരേ പ്രദേശത്തുതന്നെ വിവിധ സമുദായക്കാരാണ് ജീവിക്കുന്നത്. ഗുജറാത്ത്, രാജസ്ഥാൻ തുടങ്ങി തൊട്ടടുത്തുള്ള സംസ്ഥാനങ്ങളിൽ നിന്നുപോലും മഹാരാഷ്ട്രയിലേക്ക് കന്നുകാലികളെ കൊണ്ടുവന്നിരുന്നു. ഈ നിരോധനത്തിന്റെ ഭാഗമായി മഹാരാഷ്ട്രയിലെ കന്നുകാലികളെ കർണ്ണാടകത്തിലേക്കും ആന്ധ്രയിലേക്കും കൊണ്ടുപോകേണ്ടതായിവരും. അവസാനം എല്ലാ വഴികളും പശ്ചിമ ബംഗാളിലും കേരളത്തിലുമാണ് ചെന്നെത്തുക" എന്നാണ് ദുബൈ ചിരിച്ചുകൊണ്ട് പറഞ്ഞത്. "ഗോഹത്യക്കുപോലും നിരോധനമില്ലാത്ത സംസ്ഥാനങ്ങളാണവ. മുഹമ്മദലി സുരേഷി കൂട്ടിച്ചേർക്കുന്നു. അവസാനം നമ്മുടെ കന്നുകാലികൾ ബംഗ്ലാദേശിലേക്കും പാകിസ്ഥാനിലേക്കും കള്ളക്കടത്തായി കടത്തിക്കൊണ്ടുപോകും. അവിടെ ഇതിന് ആവശ്യക്കാരേറെയുണ്ട്. നമ്മളതിനെ ശ്രദ്ധിക്കാതിരിക്കുകയും ചെയ്യും."

ഉയരുന്ന ചോദ്യം "ഈ അറവുകാർക്കും ഗോമാംസം തിന്നുന്നവർക്കും എന്തുകൊണ്ട് പോത്തിറച്ചിയിലേക്ക് മാറിക്കൂടാ എന്നാണ്? അത് രസത്തിന്റെ പ്രശ്നമാണ്." എന്താണ് മുഹമ്മദലി ഖുറേഷി പറയുന്ന്. ഗോമാംസം തിന്നുന്നർ അത് സമ്മതിക്കുകയും ചെയ്യുന്നു. "അത് ആട്ടിറച്ചി തിന്നതിന് ശേഷം ചെമ്മരിയാടിറച്ചിയിലേക്ക് മാറുന്നതുപോലെയാണ്. അല്ലെങ്കിൽ മാവോലിയിൽ നിന്ന് പുഴമത്സ്യത്തിലേക്ക് മാറുന്നതുപോലെ. നിർബ്ബന്ധിതമാണെങ്കിൽ അതാവാം. പക്ഷേ, രണ്ടു വർഷക്കാലമെടുക്കും പ്രധാന ശൃംഖല ശരിയാവാൻ." വിദേശത്തേക്ക് കയറ്റുമതി ചെയ്യുന്നതിലധികവും പോത്തിറച്ചിയാണെങ്കിലും ആഭ്യന്തര ഉപഭോഗത്തിന്റെ 25 ശതമാനം മാത്രമാണ് പോത്തിറച്ചി. ഇന്ത്യയാണ് ലോകത്തിൽ വെച്ച് ഏറ്റവും കൂടുതൽ പോത്തിറച്ചി കയറ്റുമതി ചെയ്യപ്പെടുന്നത്. ഇപ്പോൾത്തന്നെ പോത്തിറച്ചിക്ക് ഗോമാംസത്തിന്റെ ഇരട്ടി വിലയുണ്ട് പുതിയ നിയമം വന്നതോടെ അത് ഇനിയും വർദ്ധിക്കും.

വെല്ലുവിളികൾ

അപ്പോഴും അടിസ്ഥാന ചോദ്യം ബാക്കി നില്ക്കുന്നു. ഒരു മതനിരപേക്ഷ രാജ്യത്ത് ഭരണാധികാരികളുടെ മതവിശ്വാസത്തിനൊത്ത് ജനങ്ങളെ അവരുടെ ഭക്ഷണശീലം മാറ്റുന്നതിനായി നിർബ്ബന്ധിക്കുമോ?

ഈ നിയമത്തെചോദ്യം ചെയ്യാനാവുമോ? പൊതുതാല്പര്യത്തിന്റെ പേരിൽ സമാനമായ ഗുജറാത്ത് നിയമം 2005 ൽ സുപ്രീംകോടതി ശരിവെച്ചിരുന്നു. കന്നുകാലികൾ ഇന്ത്യൻ കാർഷിക വ്യവസ്ഥയുടെ നട്ടെ

ല്ലാണെന്നും ഇന്ത്യൻ ഭരണഘടനയിലെ മാർഗ്ഗനിർദ്ദേശതത്ത്വങ്ങൾ മൗലികാവകാശങ്ങളെപ്പോലെതന്നെ പ്രധാനമാണെന്നുമുള്ള ഗുജറാത്ത് ഗവൺമെന്റിന്റെ വാദം അംഗീകരിച്ചുകൊണ്ടായിരുന്നു അത് (ഭരണഘടനയുടെ 48-ാം അനുച്ഛേദം പശുക്കൾ, കിടാവുകൾ, മറ്റു കറവമൃഗങ്ങൾ എന്നിവയെ കശാപ്പു ചെയ്യരുതെന്ന് പറഞ്ഞിട്ടുണ്ട്).

തെരുവിൽ പ്രതിഷേധത്തിന്റെ സ്ഥിതിയെന്താണ്? മുംബൈ മുസ്ലീങ്ങൾ അത്തരം പ്രതിഷേധത്തിന്റെ കാര്യത്തിൽ വീണ്ടുവിചാരമുള്ളവരാണ്. 2012 ൽ മ്യാൻമറിലെയും ആസാമിലെയും മുസ്ലീങ്ങൾക്കെതിരെ നടന്ന അതിക്രമങ്ങളിൽ പ്രതിഷേധിക്കാൻ ആസാദ് മൈതാനത്തിൽ നടത്തിയ റാലി അക്രമത്തിലാണവസാനിച്ചത്. ജനക്കൂട്ടത്തെ സംയമനത്തോടെ കൈകാര്യം ചെയ്തതിന് ഒരു പൊലീസ് കമ്മീഷണർക്ക് ജോലി നഷ്ടമായി. സമുദായത്തിന് മറക്കാനാവാത്ത കയ്പേറിയ ഒരനുഭവമായിരുന്നു അത്. ഇത് ബാധിക്കുന്ന എല്ലാവരുടേയും ഒരു സംയുക്ത പ്രതിഷേധമായിരുന്നു കൂടുതൽ നല്ലത്. എന്നാൽ അത് വലിയ സംഘാടനം ആവശ്യമാണ്. മുംബൈക്കാർ പൊതുവെ തെരുവിലിറങ്ങൾ തല്പരരല്ല. ഗോമാംസം കഴിക്കുന്ന ഒരു ജനവിഭാഗമായ ക്രിസ്ത്യാനികളാവട്ടെ പ്രതിഷേധത്തിന്റെ മാനസികാവസ്ഥയിലുമല്ല.

കർഷകരുടെ പ്രതിഷേധം നടത്തുന്നത് നല്ല കാര്യമാണ്. എന്നാൽ അവർ സംസ്ഥാന തലസ്ഥാനത്തുനിന്ന് ഏറെ അകലെയാണ്. കാഴ്ചക്കും മനസ്സിനുമപ്പുറം. വിഷയത്തിന്റെ മതപരമായ വ്യത്യസ്തതലങ്ങൾ കണക്കിലെടുക്കുമ്പോൾ ധീരനായ ഒരു രാഷ്ട്രീയനേതാവിന് മാത്രമെ ജനങ്ങളെ അണിനിരത്താൻ മുൻകൈയെടുക്കാനാവൂ. ഈ വിഷയത്തിൽ നിന്നുയരുന്ന അസംതൃപ്തി അതുവരെ ഒരു മുസ്ലീം വിഷയം മാത്രമായി ഒതുങ്ങുമോ? അതോ അതിനെ മുറിച്ചു കടക്കാനുള്ള വഴി കണ്ടെത്താനാവുമോ? മൃഗങ്ങളടക്കം ഇതുമായി ബന്ധപ്പെട്ടവരൊക്കെ കടുത്ത ബുദ്ധിമുട്ടിനും അഴിമതിക്കും അതുവരെ ഇരയാവേണ്ടി വരുമോ?

(കടപ്പാട്: ഇക്കണോമിക്സ് ആന്റ്
പൊളിറ്റിക്കൽ വീക്ക്‌ലി, 2015 മാർച്ച് 14)

വിശുദ്ധ പശു: വിശ്വാസവും കാലികരാഷ്ട്രീയവും

രാം പുനിയാനി

ഡൽഹി സർവ്വകലാശാലയിലെ പ്രൊഫസറും ചരിത്രകാരനുമായ ഡി എൻ ഝാ 'തന്റെ ജീവനെതിരായ ഭീഷണി'യുടെ പേടിസ്വപ്നം കണ്ടുകൊണ്ടിരിക്കുകയാണ്. ഏറെ ഗവേഷണത്തിന് ശേഷം തയ്യാറാക്കപ്പെട്ട കൃതിയായ *വിശുദ്ധപശു: ഗോമാംസം ഇന്ത്യ ഭക്ഷണ പാരമ്പര്യത്തിൽ* 2003(1) എന്ന കൃതിയുടെ പ്രസാധനവുമായി മുന്നോട്ടു പോകുന്നതിനെതിരായാണ് അജ്ഞാതരിൽ നിന്ന് അദ്ദേഹത്തിന് ഭീഷണി നിറഞ്ഞ ഫോൺ സന്ദേശങ്ങൾ വന്നുകൊണ്ടിരിക്കുന്നത്. ഈ പുസ്തകം ഗൗരവതരമായ പാണ്ഡിത്യത്തിന്റെയും ചരിത്രത്തിന്റെ ആധികാരിക ഗവേഷണരീതികളുടെയും അടിസ്ഥാനത്തിൽ ആധികാരികമായ പ്രഭവ കേന്ദ്രങ്ങളെ ആസ്പദിച്ച് തയ്യാറാക്കിയിട്ടുള്ളതാണ്. പൊതുവിൽ വിശ്വസിക്കപ്പെടുന്നതിന് വിപരീതമായി നിരവധി സമുദായക്കാരും വിശിഷ്യാ തദ്ദേശീയരായ ജനങ്ങളും ഹിന്ദുത്വ ശക്തികളുടെ കല്പനകൾക്ക് വഴങ്ങാതെ, ഗോമാതാവായി വാഴ്ത്തപ്പെടുന്ന പശുവിന്റെ മാംസം ഭക്ഷിക്കുന്നവരാണെന്ന് ഈ പുസ്തകം വ്യക്തമാക്കുന്നു. ഇപ്പോൾത്തന്നെ കേരളത്തിന്റെ 32 സമുദായക്കാർ ഒരുപക്ഷേ അവരെല്ലാവരും തൊട്ടു കൂടാത്തവരല്ല ചെലവേറിയ ആട്ടിറച്ചിയേക്കാൾ ഗോമാംസം കഴിക്കാൻ താല്പര്യം കാണിക്കുന്നവരാണ്. ഇത് നിർത്താൻ വേണ്ടി വർഗ്ഗീയശക്തികൾ ശ്രമിച്ചുവരുന്നുണ്ടെന്നത് ശരിയാണ്.

തുടക്കമെന്ന നിലയിൽ പറയട്ടെ, ചരിത്രകാരൻ ഇന്ത്യയിൽ ഗോമാംസ ഭക്ഷണം അവതരിപ്പിച്ചത് മുസ്ലീം ഭരണാധികാരികളാണെന്ന മിഥ്യ തകർക്കുവാൻ ശ്രമിക്കുന്നു. ഇസ്ലാം ഇന്ത്യയിൽ കടന്നുവരുന്നതിന് മുമ്പുതന്നെ ഗോമാംസം ഇന്ത്യക്കാരുടെ ഭക്ഷണശീലവുമായി ബന്ധപ്പെട്ടിരുന്നു. സാമുദായിക സ്വത്വത്തിന്റെ ഒരു അടയാളമായി ഭക്ഷണശീലത്തെ കാണാമെന്നതും നിലനില്ക്കുന്ന വാദമല്ല. അതേപോലെ മുസ്ലീങ്ങളാണ് ഇന്ത്യയിൽ ഗോമാംസം ഭക്ഷിക്കുന്നശീലം കൊണ്ടുവരുന്നതെ

ന്നതും ഒരു കള്ളക്കഥ മാത്രമാണ്. ഹിന്ദുക്കളുടെ പരിശുദ്ധഗ്രന്ഥമായ വേദത്തെ സംബന്ധിച്ച് നടത്തിയിട്ടുള്ള ഗൗരവതരമായ ഗവേഷണങ്ങളൊക്കെ വ്യക്തമാക്കുന്നത് വേദകാലത്ത് ഗോമാംസം ഭക്ഷിക്കുന്നത് സാധാരണമായിരുന്നുവെന്നാണ്. മഹോമഹോപാദ്ധ്യായ ഭാരത് രത്ന പാണ്ഡുരംഗം വമൻക്കരോയുടെ ഹിന്ദുവിശുദ്ധ ഗ്രന്ഥങ്ങളുടെ ചരിത്രം, ഡോ. ബി ആർ അംബേദ്കറുടെ *തൊട്ടുകൂടാത്തവർ ആരാണ് അവർ എന്തുകൊണ്ട് തൊട്ടുകൂടാത്തവരായി* എന്ന ഗ്രന്ഥത്തിലെ ഹിന്ദുക്കൾ ഒരിക്കലും ഗോമാംസം ഭക്ഷിച്ചിട്ടില്ല എന്ന ലേഖനം ഒക്കെ ചൂണ്ടിക്കാണിക്കുന്നത് വേദകാലത്ത് ഗോമാംസം ഒരു ജനകീയ ഭക്ഷണമായിരുന്നുവെന്നതാണ്.

ഇക്കാര്യം മറ്റൊരു തരത്തിൽ സ്വാമി വിവേകാനന്ദൻ ഊന്നിപ്പറഞ്ഞിട്ടുണ്ട്. അമേരിക്കയിലെ കാലിഫോർണിയയിൽ പസേദേനയിലെ ഷേക്സിപയർ ക്ലബ്ബിൽ നടന്ന ഒരു യോഗത്തിൽ ഒരു അഭിസംബോധന ചെയ്യവെ അദ്ദേഹം പ്രഖ്യാപിച്ചു. "ഗോമാംസം കഴിക്കാത്ത ഒരാളെ ഒരു നല്ല ഹിന്ദുവായി പഴയകാല ചടങ്ങുകളിൽ കരുതിയിരുന്നില്ലെന്ന് പറഞ്ഞാൽ നിങ്ങൾ അത്ഭുതപ്പെട്ടുപോകും. ചില സന്ദർഭങ്ങളിൽ അയാൾ ഒരു കാളയെ കുരുതികൊടുക്കുകയും അതിനെ ഭക്ഷിക്കുകയും വേണം."

സ്വാമി വിവേകാനന്ദൻ സ്ഥാപിച്ച രാമകൃഷ്ണമിഷൻ മുൻകൈയെടുത്തു നടത്തിയിട്ടുള്ള ഗവേഷണങ്ങൾ ഇതുമായി യോജിച്ചു പോകുന്ന കാര്യങ്ങൾ കണ്ടെത്തിയിട്ടുണ്ട്. അതിൽ ഒന്നിൽ പറയുന്നതിങ്ങനെയാണ്.

വേദകാല ആര്യന്മാർ, ബ്രാഹ്മണരടക്കം ഗോമാംസമടക്കം മാംസവും മത്സ്യവും കഴിച്ചിരുന്നു. ഒരു പൂജിതനായ അതിഥി ബഹുമാനിക്കപ്പെട്ടിരുന്നത് അദ്ദേഹത്തിന്റെ ഭക്ഷണത്തോടൊപ്പം ഗോമാംസം വിളമ്പിയായിരുന്നു. ആര്യന്മാർ ഗോമാംസം ഭക്ഷിക്കുമായിരുന്നെങ്കിലും അവർ കറവയുള്ള പശുവിനെ കൊല്ലാറുണ്ടായിരുന്നില്ല. പശുവിനെ വിശേഷിപ്പിക്കാൻ അന്ന് ഉപയോഗിച്ചിരുന്ന ഒരു പദം അഘ്ന്യ (വധിക്കപ്പെടാൻ പാടില്ലാത്തത്) എന്നായിരുന്നു. എന്നാൽ ഒരു അതിഥി ഗോഘ്ന (ഒരു പശുവിനെ അതിഥിക്കുവേണ്ടി കൊല്ലാം) യാണ്. അത് കാളകൾ, മച്ചിപ്പശുക്കൾ, കിടാരികൾ എന്നിവയെയായിരുന്നു കൊന്നിരുന്നത്. അതേപോലെ ഹിന്ദുത്വത്തിന്റെ പ്രമുഖ സൈദ്ധാന്തികരിലൊരാളായ സവർക്കർ ദിവ്യമായ ഒന്നുമില്ല, അതൊരു ഉപയോഗപ്രദമായ മൃഗമാണ് എന്ന് പറഞ്ഞിട്ടുണ്ട്.

ഇന്ത്യയിലെ ആദ്യകാല കൃതികൾ വിശേഷിച്ച് വേദങ്ങൾ പരിശോധിച്ചാൽ കാണാനാവുക അലഞ്ഞു തിരിഞ്ഞു നടന്നിരുന്ന ഇടയന്മാരായിരുന്ന ആര്യന്മാർ ഇവിടെ താമസമാക്കിയ ആദ്യകാലത്ത് അതായത് സ്ഥിരമായി കൃഷിചെയ്ത് ജീവിതം ആരംഭിക്കുന്നതിന് മുമ്പ് മൃഗബലി അവർക്കിടയിൽ സർവ്വസാധാരണമായിരുന്നുവെന്നാണ്. കന്നുകാലിയായിരുന്നു അവരുടെ പ്രധാന സ്വത്ത് എന്നതിനാൽ ദൈവ പ്രീതിക്കായി അവർ സമർപ്പിച്ചിരുന്നത് കന്നുകാലികളെത്തന്നെയായിരുന്നു. കന്നുകാലികളുടെ ഉടമസ്ഥതയാണ് സ്വത്തായി കണക്കാക്കപ്പെട്ടിരുന്നത്. ഇന്ദ്രനേയും അഗ്നിയേയും പോലുള്ള ദൈവങ്ങൾക്ക് വ്യത്യസ്തതരം മാംസ

മായിരുന്നു ഇഷ്ടമെന്ന് വരെ വിവരിക്കപ്പെട്ടിട്ടുണ്ട്. ഇന്ദ്രനിഷ്ടം കാളയിറച്ചിയായിരുന്നെങ്കിൽ അഗ്നിക്ക് കാളയിറച്ചിയും പശുവിറച്ചിയും ഇഷ്ടമായിരുന്നു. മരുത്തുകൾക്കും അശ്വിനിദേവകൾക്കും പശുവിറച്ചിയായിരുന്നു സമർപ്പിച്ചിരുന്നത്. വേദങ്ങളിൽ 250 തരം മൃഗങ്ങളെ സംബന്ധിച്ച് വിവരിച്ചിട്ടുള്ളതിൽ അമ്പത് എണ്ണം മാത്രമായിരുന്നു ബലിക്ക് അനുയോജ്യമായിരുന്നത്. മന്ദബാവനത്തിൽ രതീദേവനെന്നൊരു രാജാവ് ബ്രാഹ്മണർക്ക് ധാന്യവും ഗോമാംസവും ദാനം ചെയ്ത് കീർത്തി നേടിയതായി വിവരിച്ചിട്ടുണ്ട്. തൈത്തിരീയബ്രാഹ്മണം പറയുന്നത് പശു ഭക്ഷണമാണെന്നാണ്. യാജ്ഞവാല്ക്യൻ ഇളയപശുവിൻ മാംസത്തിന് വേണ്ടി നിർബ്ബന്ധം പിടിച്ചിരുന്നത് ഏറെ പ്രസിദ്ധവുമാണ്. പിന്നീടുള്ള ബ്രാഹ്മണകൃതികളും ഗോമാംസം ഭക്ഷിക്കുന്നതിനെക്കുറിച്ച് പറയുന്നുണ്ട്.

*ചരകസംഹിത*യുടെ ചികിത്സാപരമായ ഭാഗത്ത് (86-87 പേജുകളിൽ) ഗോമാംസം നിരവധി മത്സരങ്ങൾക്കുള്ള മരുന്നായി നിർദ്ദേശിക്കുന്നുണ്ട്. സൂപ്പുണ്ടാക്കുന്നതിനും അത് നിർദ്ദേശിക്കപ്പെട്ടിട്ടുണ്ട്. ഇടവിട്ടുള്ള പനി, ക്ഷയരോഗം, മെലിച്ചിൽ എന്നിവയ്ക്കും അത് ഉപദേശിച്ചിട്ടുണ്ട്. പശുവിന്റെ സൂപ്പ് ശക്തിക്ഷയത്തിനും വാദത്തിനും നിർദ്ദേശിക്കപ്പെട്ടിട്ടുണ്ട്.

കാർഷിക സമ്പദ്വ്യവസ്ഥ വളർന്നുവന്നതോടെ സമൂഹത്തിൽ വന്ന വ്യാപകമായ മാറ്റം ജനങ്ങളുടെ കാഴ്ചപ്പാടിനും വലിയ മാറ്റമുണ്ടാക്കി. ആ സമയത്ത് ആചാരപരമായ ചടങ്ങുകൾ നടത്തുന്നത് ബ്രാഹ്മണരായിരുന്നു. *മനുസ്മൃതി* പോലും ഗോമാംസം കഴിക്കുന്നതിനെ നിരോധിച്ചിട്ടില്ല. ആചാരങ്ങൾ നടത്തുന്നതിലെ ബലി കൊടുക്കലിനെ ബുദ്ധൻ ശക്തമായി കടന്നാക്രമിച്ചു. 500 കാള, 500 മൂരിക്കുട്ടന്മാർ, 500 പശുക്കിടാവുകൾ 500 ആട് എന്നിവയെ ഒക്കെ ബലിപീഠത്തിൽ അറക്കുന്നതിനായി കെട്ടിയിടുന്ന ചടങ്ങുകൾ വരെ ഉണ്ടായിരുന്നു. അശ്വമേധ, പുരുസ്മേധം, വാജ്പേയം എന്നീ ബലികൾ നന്മകൊണ്ടു വരികയില്ലെന്ന് ബുദ്ധൻ ചൂണ്ടിക്കാണിച്ചു.

*ദീർഘനിക്കായ*യിലുള്ള ഒരു കഥയിൽ പറയുന്നത് ബുദ്ധൻ മഗധയിലൂടെ സഞ്ചരിച്ചുകൊണ്ടിരിക്കുമ്പോൾ കുടദന്ത എന്നുപേരുള്ള ഒരു ബ്രാഹ്മണൻ 700 കാളകൾ. 700 ആടുകൾ, 700 ആണാടുകൾ എന്നിവയെ ബലി നല്കുന്നതിനുവേണ്ടി തയ്യാറെടുപ്പുകൾ നടത്തിയിരുന്നു. ബുദ്ധൻ അതിൽ ഇടപെടുകയും അത് നിർത്തിവെപ്പിക്കുകയും ചെയ്തു. പുതിയ കാർഷിക വൃത്തിയുടെ പശ്ചാത്തലത്തിൽ മൃഗബലിയെടുത്തുകളയുകയും മൃഗങ്ങളെ പരിക്കേല്പിക്കാതിരിക്കുകയും ചെയ്യുക എന്നതിന് പുതിയൊരു അർത്ഥതലം തന്നെയുണ്ട്.

അഹിംസയിലുള്ള ബുദ്ധന്റെ ഊന്നൽ അന്ധമോ സത്ചിന്തമോ ആയിരുന്നില്ല. അദ്ദേഹം ഗോമാംസം രുചിച്ചിട്ടുണ്ടെന്നുള്ളതും പോത്തിറച്ചി തിന്നതിനെ തുടർന്നാണ് മരിച്ചതെന്നും എല്ലാവർക്കും അറിവുള്ളതാണ്. അശോകചക്രവർത്തി ബുദ്ധമതത്തിലേക്ക് പരിവർത്തനം ചെയ്തതിനുപോലും സസ്യാഹാരിയായി മാറിയിരുന്നില്ല. രാജകീയ അടുക്കളയിൽ കൊല്ലുന്ന മൃഗങ്ങളുടെ എണ്ണത്തിൽ നിയന്ത്രണം ഉണ്ടാകുക മാത്രമാണ് ചെയ്തത്.

അങ്ങനെയാണ് കാര്യങ്ങൾ മാറിയതെങ്കിൽ പശു എങ്ങനെയാണ് വിശ്വാസത്തിന്റെയും ആദരവിന്റെയും പ്രതീകമായി മാറുകയും അമ്മയുടെ പദവിയിലേക്ക് ഉയർത്തപ്പെടുകയും ചെയ്തത്. ബുദ്ധമതം ഉയർന്നുവന്നതിന് ശേഷമോ ബ്രാഹ്മണർ ബുദ്ധമതത്തിനെതിരായി ആക്രമണം നടത്തിയപ്പോഴോ ആഹാരങ്ങളിൽ മാറ്റം വരാനാരംഭിച്ചുകാണും. ബ്രാഹ്മണമൂല്യവ്യവസ്ഥക്ക് ബുദ്ധമതം ഉയർത്തിയ വെല്ലുവിളി വളരെ ഗുരുതരമായ ഒന്നായിരുന്നു. ബ്രാഹ്മണാധിപത്യത്തിന്റെ കീഴിൽനിന്ന് താണജാതിക്കാർ വഴുതിമാറിപ്പോയതിന് പുറമെ ഈ പോരാട്ടം എല്ലാത്തലത്തിലേക്കും വ്യാപിക്കുക എന്ന സ്ഥിതിയുണ്ടായി. തത്ത്വചിന്താപരമായ തലത്തിൽ ശങ്കരൻ ബ്രാഹ്മണമൂല്യങ്ങൾ വീണ്ടും സ്ഥാപിച്ചു. രാഷ്ട്രീയതലത്തിൽ പുഷ്യമിത്ര ഷങ് ബുദ്ധമതവിശ്വാസികൾക്ക് എതിരായി ശാരീരികാക്രമണം നടത്തി. പ്രതീകാത്മകതലത്തിലാവട്ടെ ശശാങ്കരാജാവ് ബോധിവൃക്ഷങ്ങളെ നശിപ്പിച്ചു. ബുദ്ധമതത്തിന്റെ വളർച്ചയെ സഹായിച്ച ഒരു ആയുധശാല കന്നുകാലിസമ്പത്തിന്റെ സംരക്ഷണമായിരുന്നു. അത് യഥാർത്ഥത്തിൽ കാർഷിക സമ്പദ്‌വ്യവസ്ഥയുടെ ആവശ്യകതയായിരുന്നു. ഇന്ത്യയിൽ നിന്നും ബുദ്ധമതം ഇല്ലാതാക്കുന്നതിൽ ബ്രാഹ്മണാധിപത്യം വിജയിച്ചുവെങ്കിലും സ്വന്തം താല്പര്യസംരക്ഷണത്തിനായി അവർക്ക് ബുദ്ധമതം പറഞ്ഞതനുസരിച്ച് ജീവിക്കേണ്ടതായി വന്നു. ഇവിടെയാണ് ബ്രാഹ്മണർ അവരുടെ ആശയപരമായ മുന്നേറ്റത്തിനുള്ള ഒരു പ്രതീകമായി പശുവിനെ ഏറ്റെടുത്തത്. ബുദ്ധന്റെ പ്രഖ്യാപനങ്ങൾ യുക്തിപരമായിരുന്നെങ്കിൽ ബ്രാഹ്മണ്യപ്രത്യയശാസ്ത്രത്തിന്റെ അതിനെതിരായ പ്രത്യാക്രമണം അന്ധമായ വിശ്വാസം ആവർത്തിച്ചുറപ്പിച്ചതായിരുന്നു. ബുദ്ധന്റെ അഹിംസ സാമൂഹികവും അനുകമ്പാപൂർണ്ണവുമായ വിധം മൃഗസമ്പത്തിനെ സംരക്ഷിക്കുന്നതായിരുന്നെങ്കിൽ അതിനെതിരായതാവട്ടെ തീർത്തും പ്രതീകാത്മകതയിൽ അടിസ്ഥാനപ്പെടുത്തിയതായിരുന്നു. അതുകൊണ്ടാണ് ബ്രാഹ്മണാധിപത്യപ്രത്യയശാസ്ത്രത്തിന്റെ അനുയായികൾ തന്റെ അഹിംസാസിദ്ധാന്തമുപയോഗിച്ച് ഇന്ത്യയെ ദുർബ്ബലപ്പെടുത്തി എന്ന് കുറ്റപ്പെടുത്തിയത്. എന്നാൽ അദ്ദേഹം ഇന്നത്തെ ബ്രാഹ്മണാവബോധത്തിന്റെ അടിസ്ഥാനത്തിലുള്ള ഒരു സസ്യഭുക്കോ പശു ആരാധകനോ ആയിരുന്നില്ല.

ബ്രാഹ്മണസിദ്ധാന്തപ്രകാരം ഗോമാതാവിനെ അടിസ്ഥാനപ്പെടുത്തിയുള്ള നിലപാടിനെ കുറെശ്ശെയായാണെങ്കിലും സങ്കുചിതമാക്കിക്കൊണ്ടുവന്നപ്പോൾ താണ ജാതിയിൽപ്പെട്ട വലിയൊരു വിഭാഗം ഗോമാംസം ഭക്ഷിക്കൽ തുടർന്നുകൊണ്ടേയിരുന്നു. ബുദ്ധമതാനുയായികൾ ഗോമാംസം ഉൾപ്പെടെ മാംസം ഭക്ഷിച്ചുകൊണ്ടുമിരുന്നു. ഹിന്ദുവിഭാഗത്തിലെ ഒരു നിർണ്ണായകമായ മഹാപാരമ്പര്യമാണ് ബ്രാഹ്മണമതം എന്നതിനാൽ നിരവധി മുസ്ലീം ഭരണാധികാരികൾ ഹിന്ദുവികാരം മാനിക്കുന്നതിനുവേണ്ടി ഗോമാംസം നിരോധിച്ചിരുന്നു. ഈ പ്രശ്നം വീണ്ടും ഉയർന്നുവന്നത് ഹിന്ദുത്വ പ്രത്യയശാസ്ത്രവും രാഷ്ട്രീയവും ഇന്ത്യൻ ദേശീയ പ്രസ്ഥാനത്തിൽ ഉയർന്നുവരാൻ തുടങ്ങിയതോടെയാണ്. അവർ ഗോവധം നിരോധിക്കണമെന്ന ആവശ്യം മുന്നോട്ടുവെച്ചു. സ്വാതന്ത്ര്യാ

നന്തര ഇന്ത്യയിൽ ഈ വിഷയം ആർ എസ് എസ് ബഹുജനപ്രചാരണത്തോടുകൂടെ ആവർത്തിച്ച് ഉന്നയിച്ചിരുന്നുവെങ്കിലും 1980 കൾ വരെ അതിന് കാര്യമായ പ്രതികരണമൊന്നുമുണ്ടായിരുന്നില്ല. സ്വാതന്ത്ര്യ പ്രസ്ഥാനത്തിന്റെ കാലത്തുതന്നെ ഉയർന്നുവരുന്ന വർഗ്ഗീയധാരകൾ വിശ്വാസപ്രശ്നങ്ങൾക്ക് ചുറ്റുമുള്ള വിഷയങ്ങളെ അടിസ്ഥാനപ്പെടുത്തിയുള്ള വികാരങ്ങൾ ഉണർത്തുന്നതിനുള്ള എല്ലാ തന്ത്രങ്ങളും പ്രയോഗിച്ചു വന്നിരുന്നു. അതിനാൽ പന്നിയെക്കൊന്ന് പള്ളിയിലിടലും ഗോവധപ്രശ്നവുമൊക്കെ പലവട്ടം ആവർത്തിച്ചു ഉപയോഗിക്കപ്പെട്ടു.

പശുവിനെ ആരാധിക്കുകയും അതിനെ അമ്മയായി കാണുകയും ചെയ്യുന്നവരുടെ വികാരങ്ങൾ മാനിക്കുന്നതിനൊപ്പംതന്നെ, ചരിത്രത്തെ വസ്തുനിഷ്ഠമായി പഠിക്കുന്നത് ചിലരുടെ രാഷ്ട്രീയ ലക്ഷ്യങ്ങൾക്ക് എതിരാവുമെന്നതിനാൽ അതിനെ എതിർക്കുന്നത് വർഗ്ഗീയരാഷ്ട്രീയം കൈകാര്യം ചെയ്യുന്നവരാൽ സമൂഹത്തിലെ ഉദാരമായ ഇടം ചുരുങ്ങി വരുന്നു എന്നതിന് ഉദാഹരണമാണ്.

II

കർണ്ണാടകത്തിലെ ബി ജെ പി ഗവൺമെന്റ് കന്നുകാലികളെ സംരക്ഷിക്കുന്നതിനും അറവു നിരോധിക്കുന്നതിനുമുള്ള നിയമം 2010 പാസാക്കുകയുണ്ടായി. പൊതു സമൂഹത്തിന്റെ ഭാഗത്തുനിന്ന് ഇക്കാര്യത്തിൽ ശക്തമായ എതിർപ്പാണുണ്ടായത്. ചില സാമൂഹ്യപ്രവർത്തകർ ഈ നിയമം വർഗ്ഗീയമായ ലക്ഷ്യമുള്ളതും കർഷക വിരുദ്ധ പ്രത്യാഘാതങ്ങൾ ഉളവാക്കുന്നതും ആണെന്ന് ചൂണ്ടിക്കാണിക്കുകയുണ്ടായി. ജനങ്ങളുടെ വിശേഷിച്ച് ദളിതർക്കും കർഷകർക്കും ഈ നിയമത്തെക്കുറിച്ചുള്ള ഉൽക്കണ്ഠ അറിയിക്കുന്നതിനായി നിരവധി യോഗങ്ങൾ നടന്നു. ഈ നിയമം ഈ രൂപത്തിൽ പാസാക്കുന്നതിലൂടെ ജനങ്ങൾക്ക് അവരുടെ ഭക്ഷണം തെരഞ്ഞെടുക്കുന്നതിനുള്ള അവകാശം നിഷേധിക്കുകയാണെന്ന് അവരിൽ ചിലർ അഭിപ്രായപ്പെട്ടു. “അവർ ഭക്ഷണം തെരഞ്ഞെടുക്കുന്നത് മറ്റുള്ളവരെ ബാധിക്കുന്നില്ലെങ്കിൽ എന്തിന് ഉപഭോഗം നിരോധിക്കണമെന്നാണ്” സിനിമാരംഗത്തെ പ്രശസ്തനായ ഗിരീഷ് കർണ്ണാട് ചോദിച്ചത്. മറ്റുചിലരാവട്ടെ ഈ നിയമം ജനങ്ങളെ ന്യൂനപക്ഷവും ഭൂരിപക്ഷവുമായി ധ്രുവീകരിക്കുമെന്ന് അഭിപ്രായപ്പെട്ടു. ഇപ്പോൾ തന്നെ ഈ നിയമം നിലനില്ക്കുന്ന ഗുജറാത്താണ് രാജ്യത്ത് ഏറ്റവും കൂടുതൽ ഗോമാംസം കയറ്റുമതി ചെയ്യുന്ന സംസ്ഥാനമെന്ന കാര്യമാണ് ചൂണ്ടിക്കാണിച്ചത്. വിവാദാത്മകമായ ഈ ഗോവധനിരോധനനിയമം പാസാക്കുന്നതിലൂടെ കർഷകരെ കന്നുകാലിവളർത്തലിൽ നിന്ന് നിരുത്സാഹപ്പെടുത്തുമെന്നും അത് പാലിന്റെ ദൗലഭ്യത്തിലേക്ക് നയിക്കുമെന്നും ചൂണ്ടിക്കാണിക്കപ്പെട്ടു.

ഗോവധനിരോധനനിയമവും ഗോമാംസം ഭക്ഷിക്കലും ഇതാദ്യമല്ല ഒരു ചർച്ചക്ക് കാരണമാവുന്നത്. ബി ജെ പിയുടെ നേതൃത്വത്തിലുള്ള എൻ ഡി എ അധികാരത്തിലുണ്ടായിരുന്നപ്പോൾ അവ ഒരു കമ്മിറ്റിയെ നിയോഗിക്കുകയും ആ കമ്മിറ്റി ഗോസംരക്ഷണം ഒരു മൗലികാവ

കാശമാക്കണമെന്നും, ഗോഹത്യ തടയുന്നതിന് ഒരു ദ്രുതകർമ്മ സേനയെ നിയോഗിക്കണമെന്നും പശുക്കളെ കള്ളക്കടത്തു നടത്തുന്നവർക്കെതിരെ പോട്ട പ്രയോഗിക്കണമെന്നും നിഗമനത്തിലെത്തിയിരുന്നു. ബി ജെ പിക്ക് പശുവിനോടുള്ള ഈ പ്രതിപത്തി മുസ്ലീങ്ങളെ ലക്ഷ്യംവെക്കുക എന്ന ആഴത്തിലുള്ള ലക്ഷ്യത്തിന്റെ ഭാഗമാണ്. അവർക്കാവശ്യം സമൂഹത്തെ ബ്രാഹ്മണവത്ക്കരിക്കുകയാണ്. അതുവഴി ഗോമാംസം ഭക്ഷിക്കുന്നത് സമൂഹത്തിലെ ഒരു വിഭാഗത്തിനും നിരോധിത മേഖലയാക്കിമാറ്റലാണ്.

ദരിദ്രജനങ്ങൾക്ക് വിശേഷിച്ചും ദളിതർക്കും ആദിവാസികൾക്കും പ്രോട്ടീൻ ലഭിക്കുന്നതിനുള്ള ഏറ്റവും ചെലവുകുറഞ്ഞ മാർഗ്ഗമാണ് ഗോമാംസമെന്നു പറയേണ്ടതില്ല. ഏതാനും ദശങ്ങൾ മുമ്പുവരെ ചെല വേറിയ പ്രോട്ടീൻ ഭക്ഷണത്തേക്കാൾ ഗോമാംസം ഇഷ്ടപ്പെട്ടിരുന്ന നിര വധി സമുദായങ്ങളുണ്ടായിരുന്നു. അതിനെതിരായി നിരോധനം വന്നിട്ടും ജനങ്ങൾ ഗോംമാസം തന്നെയാണ് കഴിക്കുന്നത്. അതേസമയംതന്നെ ന്യൂനപക്ഷ വിഭാഗങ്ങളായ മുസ്ലീങ്ങൾ, ക്രിസ്ത്യാനികൾ എന്നിവർക്ക് ഗോമാംസം നിരോധനമോ നിർബ്ബന്ധമോ അല്ലെന്നകാര്യം ഈ പശ്ചാ ത്തലത്തിലാണ് പരിശോധിക്കപ്പെടേണ്ടത്. ഗോമാംസം ഭക്ഷിക്കുന്നതി ന്റെയും ഗോവധം നടത്തുന്നതിന്റെയും വിഷയവുമായി ബന്ധപ്പെട്ട് ന്യൂന പക്ഷങ്ങളെ രാഷ്ട്രീയവല്ക്കരിക്കുന്ന വ്യാപകമായ പ്രചാരവേല നടക്കു ന്നുണ്ട്. പശുവിനെ കൊന്നവരെന്ന് സംശയിക്കപ്പെടുന്ന അഞ്ചു ദളിത രെയാണ് ജൂറിൽ കൊല്ലപ്പെടുത്തിയതെന്നോർക്കണം. അന്നതിനെ വിശ്വ ഹിന്ദുപരിഷത്ത് നേതാവായ ആചാര്യ ഗിരിരാജ് കിഷോർ നീതീകരി ച്ചത് ഹിന്ദുക്കൾക്ക് പശു അത്രമാത്രം ദിവ്യമായ ഒന്നാണെന്നും ദളിതരെ കൊന്നതിൽ തെറ്റില്ലെന്നും പറഞ്ഞുകൊണ്ടാണ്. അതുപോലെ കന്നു കാലി കച്ചവടക്കാരനായ ഷെയ്ഖ് റഹ്മാനെ ഒറീസയിൽ കൊന്നത് പശു ക്കളെ അറക്കാൻ കൊടുക്കുന്നുവെന്ന ആരോപണം കെട്ടിചമച്ചാണ്.

രാമക്ഷേത്രപ്രശ്നത്തിലെ ആവേശം കെട്ടടങ്ങിയതിന് ശേഷം ഇപ്പോൾ ഉയർത്തിക്കാണിക്കുന്ന പ്രതീകമാണ് 'പശു' എന്നാണ് മനസ്സി ലാക്കാവുന്നത്. ഒരാൾക്ക് അയാളുടെ ഇഷ്ടാനുസരണം മൃഗത്തെ ബഹു മാനിക്കാം. എന്നാൽ ഇതിനെ സമൂഹത്തിലെ വിഭജിക്കുന്നതിന് വേണ്ടി ഉപയോഗപ്പെടുത്തുന്നുവെന്നതാണ് ഭയജനകമായിട്ടുള്ളത്. നമ്മുടേത് പോലെ ബഹുതല ജനാധിപത്യസ്വഭാവമുള്ള ഒരു സമൂഹത്തിൽ ഒരു മതവിഭാഗത്തിന്റെ വിശ്വാസങ്ങൾ ഭരണത്തിന്റെ നയമായി വരാൻ പാടി ല്ല. ഈ പശ്ചാത്തലത്തിലാണ് ഇതുവരെ പശു അമ്മയായി പുകഴ്ത്ത പ്പെട്ടിരുന്നത്. 1950 മുതൽ ബി ജെ പിയുടെ മുൻമുറക്കാരായിരുന്ന ജനസംഘം ന്യൂനപക്ഷങ്ങൾക്കെതിരായി (ദേശ വ്യാപകമായിത്തന്നെ പശുക്കൾക്ക് മതപരമായും ദേശീയമായും അമ്മയാണ്; എല്ലാ ജന്മ ത്തിലും പശു ഞങ്ങൾക്ക് മാതാവാണ് എന്ന പ്രചാരണം ഉയർത്തിക്കൊ ണ്ടുവന്നിരുന്നു. മുസ്ലീങ്ങളെപ്പോലെ ക്രിസ്ത്യാനികളും ഗോമാംസം കഴി ക്കുന്നതിൽ നിന്ന് നിരോധിക്കപ്പെട്ടിട്ടില്ല. നിരവധി അറവുകാരും ആ സമു ദായത്തിലുണ്ട്. എന്നിട്ടും മുസ്ലീങ്ങളെ മാത്രം ഒരു സമുദായമെന്ന നില യിൽ ഭീകരരായി ചിത്രീകരിക്കാനാണ് ഈ പ്രചാരണം നടത്തിവന്നിരു

ന്നത്. ഞങ്ങൾ പശുവിനെ ആരാധിക്കുന്നു. അവർ അറുത്തു പശുവിനെ തിന്നുന്നു. നിരവധികാലമായി ഭൂരിപക്ഷ സമുദായത്തിന്റെ വികാരമുണർത്തുന്നതിനായാണ് ഇത് ചെയ്തുവരുന്നത്.

നേരത്തെ ചൂണ്ടിക്കാണിച്ചതുപോലെ ഹിന്ദുവികാരങ്ങൾ കണക്കിലെടുത്തുകൊണ്ട് മിക്കവാറും മുസ്ലീം രാജാക്കന്മാർ ഗോഹത്യ നിരോധിച്ചിരുന്നു. ബാബർ ഹുമയൂണിനായി നല്കിയ മരണപത്രത്തിൽ പറഞ്ഞു.

> മകനെ ഹിന്ദുസ്ഥാനെന്ന ഈ രാജ്യത്ത് വിവിധ മതങ്ങളുണ്ട്. നമുക്ക് ഈ ഭരണം തന്നതിന് അള്ളാഹുവിനോട് നന്ദി പറയണം. നമുക്ക് ഹൃദയത്തിൽ നിന്ന് എല്ലാ വ്യത്യസ്തകകളും മാറ്റിവെച്ച് എല്ലാ സമുദായങ്ങൾക്കും അവരുടെ ആചാരങ്ങൾക്കനുസരിച്ച് നീതി നല്കാം. ഈ രാജ്യത്തെ ജനങ്ങളുടെ ഹൃദയം കവരുന്നതിനായി ഗോഹത്യ ഒഴിവാക്കുകയും ജനങ്ങളെ ഭരണത്തിൽ പങ്കാളികളാക്കുകയും ചെയ്യണം. നമ്മുടെ ഭരണാതിർത്തിക്കകത്തുവരുന്ന ക്ഷേത്രങ്ങളെയോ ആരാധനാലയങ്ങളെയോ നശിപ്പിക്കരുത്.

രാഷ്ട്രപിതാവായ ഗാന്ധി ചില ഹിന്ദുക്കളുടെ ഗോവിശ്വാസത്തെ ഉയർത്തിപ്പിടിക്കുന്നതിനായി മുന്നോട്ടുവന്നു. എന്നാൽ അദ്ദേഹത്തിന്റെ ചിന്തയിലൊരിടത്തും ഗോമാംസം ഭക്ഷിക്കുന്നവരെ രാക്ഷസരായി ചിത്രീകരിക്കുന്ന ഒന്നും തന്നെ ഉണ്ടായിരുന്നില്ല. അദ്ദേഹം ചൂണ്ടിക്കാണിച്ചു.

> മുസൽമാന്റെ പരിപൂർണ്ണപിന്തുണയില്ലാതെ പശുവിനെ സംരക്ഷിക്കുന്നതിനുവേണ്ടി ഹിന്ദുക്കൾ ആരംഭിക്കുന്ന എന്തൊരു പ്രസ്ഥാനവും പരാജയപ്പെടും. ഏറ്റവും ആദരണീയവും ഫലപ്രദവും അതുവഴി മുസൽമാന്റെ സൗഹൃദം നേടിയെടുത്ത് ഗോസംരക്ഷണത്തിന്റെ ബഹുമതി അവർക്ക് വിട്ടുകൊടുക്കലാണ്.

തുടർന്നു പറഞ്ഞു.

> മുസ്ലീങ്ങളുടെയും മറ്റുള്ളവരുടെയും ഭാഗത്തുനിന്ന് സ്വാഭാവികമായും സ്വയം സന്നദ്ധമായും വേണ്ടെന്ന് വെക്കുന്ന സ്ഥിതിയുണ്ടാക്കാതെ ഗോഹത്യ ബലംപ്രയോഗിച്ച് ഇല്ലാതാക്കുന്നത് ഹിന്ദുമതത്തിന്റെ അന്തസ്സിടിക്കുന്നതിനാണു ഉപകരിക്കുക.

അതിനാൽ ഞാൻ ഹിന്ദുരാജ്യമെന്ന ഒരു സ്വപ്നത്തെ വളർത്തിയെടുക്കുന്നത് പോലും ദേശദ്രോഹകരമാണെന്ന് പറയും.

2008 ഫെബ്രുവരിയിൽ ബി ജെ പി ഭരിക്കുന്ന ഉത്തരാഖണ്ഡ് ഗവൺമെന്റ് ഡയറിയിൽ പശുവിൻ പാൽ വാങ്ങിക്കുന്നതുപോലെ ഗോമൂത്രവും വാങ്ങി ശുദ്ധീകരിച്ച് ആയുർവ്വേദമരുന്നുല്പാദകർക്കും നല്കുന്നതാണെന്ന് പ്രഖ്യാപിച്ചിരുന്നു. മറ്റു ബി ജെ പി ഗവൺമെന്റും ഇതേ പാതയിൽത്തന്നെയാണ് സഞ്ചരിക്കുന്നത്.

III

2005 ൽ ഉമാഭാരതി മദ്ധ്യപ്രദേശിലെ മുഖ്യമന്ത്രിയായി കുറച്ചുകാലം ഇരുന്നപ്പോൾ പശു അധിഷ്ഠിത സമ്പദ് വ്യവസ്ഥക്ക് തുടക്കം കുറിക്കുകയും ഗവൺമെന്റ് ഖജനാവിൽ നിന്ന് തൊഴുത്തുണ്ടാക്കുന്നതിന് പണം നല്കുകയും തന്റെ ഔദ്യോഗിക വസതിതന്നെ ആദ്യത്തെ ഗോശാലയാക്കി പ്രഖ്യാപിക്കുകയും ചെയ്തിരുന്നു. സമ്പദ് ഘടനയുടെ അടിത്തറയായി പശുവിൽ നിന്ന് കിട്ടുന്ന ഉല്പന്നങ്ങളെ പ്രോത്സാഹിപ്പിക്കുന്നതാണ് പശു അധിഷ്ഠിത സമ്പദ് വ്യവസ്ഥ. ആദ്യത്തെ ശ്രമങ്ങൾ വിശ്വാസത്തിന്റെ അടിസ്ഥനത്തിലായിരുന്നെങ്കിൽ ഇപ്പോഴത്തെ ശ്രമം അന്ധവിശ്വാസത്തിന്റേതായി മാറിയിരിക്കുന്നു. മൂത്രം ശേഖരിക്കുക, അത് സൂക്ഷിച്ച് സംസ്കരിച്ച് മരുന്നു നിർമ്മാണത്തിനായി വിറ്റഴിക്കുക എന്നത് ശാസ്ത്രത്തിന്റെയും മരുന്നിന്റെയും എല്ലാ യുക്തികളെയും നിഷേധിക്കുന്നതാണ്. രാഷ്ട്രീയമായ ഒരു പ്രതീകത്തെ ആരോഗ്യസംബന്ധിയായ കുറിപ്പടിയാക്കി മാറ്റുന്നത് അപകടം ക്ഷണിച്ചു വരുത്തും.

കിഡ്നിയിലൂടെ വിസർജിക്കപ്പെടുന്ന ഒരു വിസർജ്യവസ്തുവാണ് മൂത്രം. ശരീരത്തിലെ വിസർജ്യാവശിഷ്ടങ്ങളാണ് അതിൽ അടങ്ങിയിരിക്കുന്നത്. അതിൽ ഗോക്കൾക്കുണ്ടാകുന്ന ക്ഷയരോഗാണുക്കൾ, മറ്റു ഉപദ്രവകരമായ അണുക്കൾ വിസർജ്യപദാർത്ഥങ്ങൾ എന്നിവയാണടങ്ങിയിരിക്കുക. മൂത്രത്തിന്റെ ജൈവരസതന്ത്ര പഠനങ്ങൾ അതിന്റെ ഘടനയെന്നാണെന്ന് വ്യക്തമാക്കിയിട്ടുണ്ട്. ശിവാംബു എന്ന് പേരിട്ട് സ്വന്തം മൂത്രം കുടിക്കുന്നതിൽ രോഗശാന്തിക്കുള്ള മാന്ത്രികമായ കഴിവുണ്ടെന്ന് ചിലർ അവകാശപ്പെട്ടിരുന്നു. അതിന്റെ ഏറ്റവും പ്രസിദ്ധമായ ഉപഭോക്താവായിരുന്നു മൊറാർജി ദേശായി. ചിലർ അവകാശപ്പെടുന്നത് നമ്മുടെ ശരീരത്തെ ബാധിക്കുന്ന രോഗങ്ങളെ ചെറുക്കുന്ന ചില ആന്റി ബോഡീസ് കണങ്ങൾ അതിൽ അടങ്ങിയിട്ടുണ്ടെന്നാണ്. എന്നാൽ പരിശോധനകളിൽ അങ്ങനെയൊരു കാര്യം ഇതുവരെ തെളിയിക്കപ്പെട്ടിട്ടില്ല. ശരീരശാസ്ത്രപരമായി കിഡ്നിക്ക് ആന്റീബോഡീസിനെ പുറന്തള്ളാൻ കഴിയില്ല. കാരണം ആന്റീബോഡീസുകളുടെ ഭാരം കിഡ്നികളുടെ തനുസ്തരത്തിലൂടെ പുറത്തുകടക്കാൻ പറ്റാത്തവിധം കൂടുതലാണ്. കിഡ്നിക്ക് കുഴപ്പം പറ്റിയാൽ മാത്രമേ ആന്റീബോഡീസുകൾക്ക് പുറത്തുകടക്കാൻ പറ്റൂ. ആരോഗ്യത്തോടെയിരിക്കുന്ന പശുവിൽ ഇത് സംഭവിക്കുകയില്ല.

മുരളി മനോഹർ ജോഷി മാനവ വിഭവ വകുപ്പുമന്ത്രിയായിരിക്കെ വിശ്വാസത്തിലധിഷ്ഠിതമായ ചില വിജ്ഞാനശാലകൾ അവതരിപ്പിക്കുന്നതിന് മുൻകൈയെടുത്തിരുന്നു. ജ്യോതിഷം, പൗരോഹിത്യം മുതലായവയായിരുന്നു അത്. ഒപ്പം ഗോസംബന്ധമായ ഗവേഷണത്തിനു പണം മാറ്റിവെച്ചിരുന്നു. ഒരു സി എസ് ഐ ആർ ലാബ് ഗോമൂത്രം ഉൾക്കൊള്ളുന്ന ഒരു മരുന്ന് രോഗപ്രതിരോധത്തിനുതകുന്നതാണെന്ന് കാണിച്ച് പേറ്റന്റെടുക്കാൻ വരെ ശ്രമം നടത്തിയിരുന്നു. മറ്റൊരു സി എസ് ഐ ആർ ലാബ് ഒരു സർക്കാരിതര സംഘടനയുമായി ചേർന്ന് കാൻസർ ചികിത്സയിൽ ഗോമൂത്രം എത്രമാത്രം ഫലപ്രദമാണെന്നു പറഞ്ഞു നടന്നിരു

ന്നു. നമ്മുടെ ആയുർവേദം തന്നെ ഗോമൂത്രത്തിന് എന്തെങ്കിലും ഔഷധ ഗുണമുള്ളതായി പറഞ്ഞിട്ടില്ല. ആയുർവേദത്തിൽ തന്നെ വിലപിടിപ്പുള്ളതും അനുഭവസിദ്ധവുമായ നിരവധി വിലയിരുത്തലുകൾ ഉൾക്കൊണ്ടിട്ടുണ്ട്. ശക്തമായ യുക്തി അധിഷ്ഠിതപശ്ചാത്തലത്തിൽ അതിന്റെ തന്നെ ആഴം വർദ്ധിപ്പിക്കാവുന്നതാണ്. എന്നാൽ രഹസ്യാത്മകവും വിശ്വാസാധിഷ്ഠിതവുമാകാനും ചോദ്യം ചെയ്താൽ രോഷാകുലമായ പ്രതിഷേധം സംഘടിപ്പിക്കാനുമാണ് ശ്രമിക്കുന്നത്. പ്രതിഷേധങ്ങൾ അവകാശപ്പെടുന്നത് അവരുടെ വിശ്വാസം വെല്ലുവിളിക്കപ്പെടുന്നുവെന്നാണ്. ബാബരാ ദേവും അവകാശപ്പെടുന്നത് താൻ പറയുന്നതും ചെയ്യുന്നതുമെല്ലാം ശാസ്ത്രീയമാണെന്നാണ്. എന്നാൽ അദ്ദേഹം മറക്കുന്നത് ശാസ്ത്രത്തിന്റെ അടിസ്ഥാനം തന്നെ കടുത്ത നിരൂപണമാണ്. ചോദ്യങ്ങളെ നേരിടുകയും നിരന്തരമായി നമ്മുടെ അറിവിന്റെ വ്യവസ്ഥയുടെ കുറവുകളെല്ലാം ഇല്ലാതാക്കലുമാണ് ശാസ്ത്രത്തിൽ ചെയ്യുന്നത്. രാംദേവിന്റെ വിശ്വാസാധിഷ്ഠിത സംരംഭം ഏറെ വ്യക്തി അധിഷ്ഠിതവും വിശ്വാസത്തിൽ മുങ്ങിത്താഴ്ന്നു നില്ക്കുന്നതും, അന്ധമാർന്നതും അവകാശവാദാധിഷ്ടിതവും ശാസ്ത്രീയഗവേഷണത്തിന് അവസരം നല്കാത്തതുമാണ്. പശുവിന്റെ വിസർജ്യത്തിൽ കാളയുടെയോ പോത്തിന്റെയോ നായയുടെയോ വിസർജ്യത്തിൽ നിന്ന് വ്യത്യസ്തമായി എന്തെങ്കിലുമുണ്ടോ എന്ന് പരിശോധിക്കുന്നതിനായി വെറ്റിനറി സർജനെ ഉപയോഗപ്പെടുത്താവുന്നതാണ്. ചാണകത്തിന് പരിശുദ്ധി വരുത്താനുള്ള കഴിവുണ്ടെന്ന് ഒരു വിഭാഗത്തിന്റെ അവകാശവാദത്തെയും നമുക്ക് സ്മരിക്കാം.

ആരോഗ്യശാസ്ത്രം, അനുഭവൈകവാദം, മുത്തശ്ശിയുടെ മരുന്ന് എന്നിവയുടെ അടിസ്ഥാനപരമായ വ്യത്യാസങ്ങൾ, എന്ത് എന്ന് ഗവൺമെന്റ്, പശുവിന്റെ ചാണകവും മൂത്രവും മനുഷ്യന്റെ ഉപഭോഗത്തിനും ഉപയോഗത്തിനും ആയി പണം നിഷേധിക്കുകയും അതിനായി പ്രോത്സാഹനം നല്കുകയും ചെയ്യുന്നതിന് മുമ്പ് മനസ്സിലാക്കിയിരിക്കണം. പശുവിൻ ചാണകം അത്തരത്തിൽ പ്രോത്സാഹിപ്പിക്കുന്നതിന് വേണ്ടിയുള്ള ശ്രമങ്ങളെക്കുറിച്ച് അധികം കേട്ടിട്ടില്ല. ബി ജെ പി ഗവൺമെന്റിന്റെ ഇപ്പോഴത്തെ ശ്രമങ്ങൾ, എസ് എസ് സംയുക്തത്തിന്റെ ഗോമാംസ രാഷ്ട്രീയം വളർത്തലാണ്. ആധുനിക ആരോഗ്യ ശാസ്ത്രത്തിന്റെ ധാരണകൾക്ക് അത് തീർത്തും വിരുദ്ധമാണ്. ദീർഘകാലമായിട്ടുള്ള പരമ്പരാഗത വിജ്ഞാനത്തിലും അങ്ങനെയൊന്നും പരാമർശിക്കപ്പെട്ടിട്ടില്ല. ആർ എസ് എസ് സംയുക്തത്തിന്റെ രാഷ്ട്രീയധാരണ മാനവ സമുദായത്തിൽ ഉപയോഗിക്കുന്നതിനുള്ള അരങ്ങൊരുങ്ങലാണ് അത്. സമാനമായ രീതിയിൽ ചില ഇസ്ലാമിക രാജ്യങ്ങളിൽ ഊർജ്ജപ്രശ്നപരിഹാരത്തിനായി ജിന്നുകളെപ്പറ്റി പഠിക്കുന്നതിന് ഗവേഷണം നടത്താൻ സർക്കാർ തല സഹായം നല്കി വരുന്നതായി കേട്ടിട്ടുണ്ട്. ഐതിഹ്യപ്രകാരം ജിന്നുകൾ അനന്തമായ ഊർജ്ജസ്രോതസ്സാണ്. ഈ അനുഗ്രഹ ജീവികളുണ്ടെങ്കിൽ പിന്നെ പെട്രോളിയം, വൈദ്യുതി എന്നിവയെക്കുറിച്ചൊന്നും വേവലാതിപ്പെടേണ്ടതില്ല. ഊർജ്ജ സ്രോതസ്സുകൾ സ്വന്ത

മാക്കുന്നതിനായി ലോകത്ത് നടക്കുന്ന യുദ്ധങ്ങൾ ഒഴിവാക്കാനും ഈ വഴി കഴിയും. മറ്റൊരു പാതയിലേക്ക് മാറാതെതന്നെ ക്രിസ്ത്യൻ വലതുപക്ഷം പരിണാമസിദ്ധാന്തത്തെ എതിർക്കുന്നതിനായി ഉല്പത്തി ശാസനത്തിന് കൂടുതൽ ഊന്നൽ നല്കുന്നുണ്ട്.

നമ്മുടെ ഭരണഘടന പൊതുസമൂഹത്തിൽ നാം പിന്തടരുമെന്ന് ആവശ്യപ്പെടുന്ന ശാസ്ത്രീയത യുക്തിപരത എന്നിവയൊക്കൊക്കെ എതിരായ ശ്രമങ്ങളാണിത്. മനുഷ്യാരോഗ്യത്തിനെ ബാധിക്കുന്നതും ശരീരത്തെ നിയന്ത്രിക്കുന്നതുമായ മരുന്നുകൾ, മറ്റ് ആരോഗ്യസംവിധാനങ്ങൾ എന്നിവയൊക്കെ പൊതുസുരക്ഷിതത്വം ഉറപ്പാക്കുന്നതും രാഷ്ട്രീയമായ അവകാശവാദങ്ങളിൽ നിന്ന് വിട്ടുനില്ക്കുന്നതും സാമൂഹ്യ പരിശോധനയ്ക്ക് വിധേയമാക്കപ്പെടേണ്ടതുമാണ്.

ധാരാളം ദരിദ്ര ഹിന്ദുക്കളും ആദിവാസികളും ഗോമാംസം കഴിക്കുന്നുണ്ട്. നേരത്തെ ചൂണ്ടിക്കാണിച്ചതുപോലെ നിരവധി ഇന്ത്യൻ സമുദായക്കാരും ഗോമാംസം ഭക്ഷിക്കുന്നതാണ്. ആർ എസ് എസ് സംയുക്തം നടത്തിയ പ്രചാരണത്തിന്റെ ഭാഗമായി മുസ്ലീങ്ങൾ അക്രമാസക്തരും അവരങ്ങനെ ആയിത്തീർന്നതിന് കാരണം ഗോമാംസം ഭക്ഷിക്കുന്നതുമായിത്തീർന്നിരിക്കുന്നു. മനുഷ്യമനസ്സിനെയും അക്രമകാരിത്വത്തെയും സംബന്ധിച്ച മനഃശാസ്ത്രപരവും സാമൂഹ്യ ശാസ്ത്രപരവുമായ ധാരണയ്ക്ക് ഇത് എതിരാകുന്നു. ലോകത്തിന്റെ ഭൂരിപക്ഷം ഭാഗങ്ങളിലും അക്രമസ്വഭാവത്തിന് കാരണം ആധുനിക മനശാസ്ത്രസിദ്ധാന്തപ്രകാരം ഭക്ഷണമല്ല മറിച്ച് സാമൂഹികവും രാഷ്ട്രീയവുമായ സ്ഥിതിഗതികളാണ്. ഗോമാംസം കഴിച്ച് ശരിയായി വ്യായാമംനടത്തിയാൽ പേശിബലം വർദ്ധിപ്പിക്കാനാവും. എന്നാൽ അക്രമസ്വഭാവം നിലനില്ക്കുന്നത് മനസ്സിലാണ്.

IV

2011 ഡിസംബറിൽ മദ്ധ്യപ്രദേശ് ഗവൺമെന്റിന്റെ പശുവർഗ്ഗ സംരക്ഷനിയമത്തിന് രാഷ്ട്രപതിയുടെ അംഗീകാരം കിട്ടി. ഈ നിയമമനുസരിച്ച് പശുവിനെയോ അതിന്റെ സന്തതിപരമ്പരകളെയോ കശാപ്പു ചെയ്യുക, അവയെ അറവുശാലയിലേക്ക് കൊണ്ടുപോവുക, ഗോമാംസം ഭക്ഷിക്കുകയോ സൂക്ഷിക്കുകയോ ചെയ്യുക എന്നിവയൊക്കെ 5000 രൂപ പിഴയും ഏഴുവർഷം വരെ തടവും ശിക്ഷ വിധിക്കാവുന്ന കുറ്റകൃത്യമാണ്. ഗുജറാത്ത്, കർണ്ണാടക, ജാർഖണ്ഡ്, ഹിമാചൽപ്രദേശ് എന്നിവിടങ്ങളിൽ ഗോഹത്യക്കെതിരെ നിയമമുണ്ട്. എന്നാൽ ഒഡിസ, ആന്ധ്രപ്രദേശ് എന്നിവിടങ്ങളിൽ പശുവൊഴികെയുള്ള കന്നുകാലികളെ മറ്റൊരാവശ്യത്തിനു ഉപയോഗപ്പെടുത്താനാവില്ലെങ്കിൽ കൊല്ലാവുന്നതാണ്. മറ്റു ചില സംസ്ഥാനങ്ങളിൽ വളരെ ചെറിയ നിബന്ധനകളെയുള്ളൂ. നാഗാലാന്റ്, മേഘാലയ, പശ്ചിമബംഗാൾ, കേരളം എന്നിവിടങ്ങളിൽ നിയമങ്ങളൊന്നുമില്ല. എന്നാൽ അത്ഭുതകരമെന്നു പറയട്ടെ ഗോമാംസമൊഴികെയുള്ള ഇറച്ചികളും കോഴിയിറച്ചിയും ഉപയോഗിക്കുന്നതിന്റെ ഇരട്ടിയാണ് ഇന്ത്യയിൽ ഗോമാംസം ഉപയോഗിക്കപ്പെടുന്നത്. മാത്രമല്ല, ഗോമാംസം കയറ്റുമതിയിൽ ഇന്ത്യയുടെ സ്ഥാനം മൂന്നാമതാണ്. ഐക്യരാഷ്ട്രസഭ

യുടെ ഭക്ഷ്യ-കൃഷി സംഘടനയുടെ കന്നുകാലികളെ സംബന്ധിച്ച വിവരം എന്ന റിപ്പോർട്ടു പ്രകാരവും ഇന്ത്യയിൽ ഏറ്റവുമധികം ഉപയോഗിക്കപ്പെടുന്നത് ഗോമാംസമാണ്. ഇന്ത്യയിലെ ഗോമാംസത്തിലെ വാർഷിക ഉപഭോഗം 24 ലക്ഷം ടണ്ണാണെങ്കിൽ 6 ലക്ഷം ടൺ ആട്ടിറച്ചിയും 14 ലക്ഷം ടൺ പന്നിയിറച്ചിയുമാണ് ഇവിടെ ഉപയോഗിക്കപ്പെടുന്നത്. വലതുപക്ഷ ഹിന്ദുത്വ പാർട്ടികൾ ഗോവധം പൂർണ്ണമായി നിഷേധിക്കുന്നതിനെക്കുറിച്ച് പറയുന്നില്ല. കോൺഗ്രസിനും ഗോസംരക്ഷണ കാർഡുണ്ടെങ്കിലും അവരത് വടക്കൻ പ്രദേശത്ത് ഉപയോഗപ്പെടുത്തിയിട്ടില്ല.

ബി ജെ പി ഭരിക്കാനോ ഭരിച്ചതോ ആയ സംസ്ഥാനങ്ങളിൽ ഉണ്ടായ നിയമങ്ങൾ കടുത്തതാണ്. എന്നാൽ മദ്ധ്യപ്രദേശിലേത് ആണ് ഏറ്റവും ഭീകരമായത്. അതിനുതന്നെയാണ് ന്യൂനപക്ഷങ്ങളെയും ആദിവാസികളെയും ലക്ഷ്യംവെക്കുന്നതിന് ഏറ്റവും കൂടുതൽ സാദ്ധ്യതയുള്ളത്. ഈ നിയമമനുസരിച്ച് ആരെങ്കിലും ഗോമാംസം ഉപയോഗിക്കുകയോ സൂക്ഷിക്കുകയോ നിയമം ലംഘിക്കുന്നതിന് ഉദ്ദേശിക്കുകയോ ചെയ്താൽ അവരെ ഹെഡ്കോൺസ്റ്റബിൾ മുതൽ മുകളിലേക്കുള്ള ഉദ്യോഗസ്ഥർക്ക് പിടിക്കാവുന്നതാണ്. കുറ്റം തെളിയിക്കാനുള്ള ഉത്തരവാദിത്വം പ്രോസിക്യൂഷനില്ല, കുറ്റവാളിയല്ലെന്ന് തെളിയിക്കേണ്ട ഉത്തരവാദിത്വം കുറ്റാരോപിതവ്യക്തിക്കാണ്. ഒരാൾ കഴിച്ച മാംസം പശുവിന്റേതായിരുന്നില്ല. മറിച്ച് പോത്തിന്റേയോ മറ്റുമൃഗങ്ങളുടെയോ ആയിരുന്നു എന്ന് തെളിയിക്കുന്നതിന് ധാരാളം താർക്കിക പ്രശ്നങ്ങളുണ്ട്. ഈ കിരാതനിയമം കൊണ്ടുവന്നത് ഹിന്ദു മതവിശ്വാസത്തിന്റെ പേരിലാണ്. ഇന്ത്യയിലെ ദരിദ്രജനവിഭാഗങ്ങളായ ആദിവാസികൾ, ദളിതുകൾ, ന്യൂനപക്ഷങ്ങൾ (മുസ്ലീം ക്രിസ്ത്യൻ മതവിശ്വാസികൾ) തുടങ്ങിയവർക്ക് താങ്ങാവുന്ന പ്രോട്ടീൻ നല്കുന്ന ഒരു ഭക്ഷണമായിരുന്നു അതെന്നും അവരുടെ ഭക്ഷണശീലത്തെ നേരിട്ട് വളച്ചൊടിച്ചുകൊണ്ടായിരുന്നു ഈ നിയമനിർമ്മാണമെന്നതുമാണ് വസ്തുത. മുസ്ലീം മതന്യൂനപക്ഷത്തെ ഭീഷണിപ്പെടുത്താൻ കൂടെയാണ് ഇതുകൊണ്ട് ഉദ്ദേശിക്കുന്നത്.

മുഖാമുഖ പ്രചാരണത്തിലൂടെയും നിരന്തരമായ സാഹിത്യപ്രചാരണങ്ങൾ, ലഘുലേഖകൾ മുതലായവയിലൂടെയും 'പശു ഹിന്ദുക്കൾക്ക് ഒരു വിശുദ്ധമൃഗമാണ്.' 'മുസ്ലീങ്ങൾ അതിനെ തിന്നുന്നു.' അത് ഹിന്ദു വിശ്വാസത്തെ അപഹസിക്കലാണ്, മുസ്ലീങ്ങൾ അക്രമാസക്തരായിരിക്കുന്നത് അവർ സസ്യഭുക്കുകളല്ലാത്തതുകൊണ്ടും ഗോമാംസം ഭക്ഷിക്കുന്നതുകൊണ്ടുമാണ് എന്നീ സങ്കല്പങ്ങളൊക്കെ പൊതുബോധത്തിന്റെ ഭാഗമാക്കിമാറ്റിയിട്ടുണ്ട്. 1996 ൽ 13 ദിവസക്കാലത്തേക്ക് കേന്ദ്രത്തിൽ ബി ജെ പി നേതൃത്വത്തിലുള്ള എൻ ഡി എ അധികാരത്തിൽ വന്നപ്പോൾ തന്നെ ഗോഹത്യക്കെതിരായി ഒരു നിയമം പാസാക്കുന്നതിന് ശ്രമം നടത്തിയതാണ്. ഭിന്നിപ്പിക്കൽ അജണ്ടയുടെ ഭാഗമാണ് ഇന്ന് പശു. ഗോരക്ഷാസമിതികൾ ഒരു ഡസനോളം രൂപംകൊണ്ടിട്ടുണ്ട്. അവ ഗോശാലകൾ നടത്തുന്നുണ്ട്. ഇത് സാമൂഹിക തലത്തിൽ നടത്തുന്നത് ആർ എസ് എസുമായി ബന്ധപ്പെട്ടവരോ അവരുടെ പിന്തുടർച്ചക്കാരോ ആണ്.

പതുക്കെയാണെങ്കിലും ഗോസംരക്ഷണത്തിന്റെ തീവ്രതയും പശു

വിനെ സംബന്ധിച്ച ഐതിഹ്യങ്ങളും ശക്തിപ്പെടുത്തിക്കൊണ്ടിരിക്കുകയാണ്. മദ്ധ്യപ്രദേശ് ഗവൺമെന്റിന്റെ നിയമനിർമ്മാണം ഈ ദിശയിലുള്ള മറ്റൊരു ചുവടുവെപ്പാണ്. അതുവഴി മദ്ധ്യപ്രദേശ് ഗവൺമെന്റ് സംസ്ഥാനത്തെ മറ്റു സംസ്കാരസംവിധാനങ്ങളുപയോഗപ്പെടുത്തി വർഗ്ഗീയവല്ക്കരിച്ചുകൊണ്ടിരിക്കുകയാണ്.

V

2012 ഏപ്രിലിൽ ഗോമാംസം ഭക്ഷിക്കുന്നതിന്റെ പേരിൽ അസ്വാഭാവികമായ അതിക്രമങ്ങൾക്ക് ഒസ്മാനിയ സർവ്വകലാശാല സാക്ഷ്യം വഹിക്കുകയുണ്ടായി. ഒരു വിഭാഗം ദളിത് വിദ്യാർത്ഥികൾ സർവ്വകലാശാല ഹോസ്റ്റലിന്റെ ഭക്ഷണപ്പട്ടികയിൽ ഗോമാംസം ഉണ്ടാവണമെന്ന് ആവശ്യപ്പെട്ടു. അവർ ഒരു ബീഫ് ഫെസ്റ്റിവെൽ സംഘടിപ്പിക്കുകയും അതിൽവെച്ച് ധാരാളം വിദ്യാർത്ഥികൾ ബീഫ് ബിരിയാണികഴിക്കുകയും ചെയ്തു. എന്നാൽ ഈ ആഘോഷം അധികനേരം നീണ്ടില്ല. ആർ എസ് എസിന്റെ വിദ്യാർത്ഥി വിഭാഗമായ എ ബി വി പി കലിതുള്ളി, ഒരു വിദ്യാർത്ഥിക്ക് കത്തിക്കുത്തേറ്റു. ഒരു ബസിന് തീയിട്ടു. സർവ്വകലാശാലയ്ക്ക് നാശനഷ്ടങ്ങൾ വരുത്തി. ഒസ്മാനിയ സർവ്വകലാശാല വൈസ് ചാൻസലർ അക്രമാസക്തരായ ഗോ സംരക്ഷകർക്ക് മുമ്പിൽ മുട്ടുകുത്തുകയും ഗോമാംസം ഭക്ഷണപ്പട്ടികയിൽ ഉൾപ്പെടുത്താനാവില്ലെന്ന് പ്രഖ്യാപിക്കുകയും ചെയ്തു.

2012 മാർച്ചിൽ ഹൈദരാബാദിലെ കുർമ്മഗുദ മേഖലയിൽ ഹിന്ദു വർഗ്ഗീയവാദികളുമായി ബന്ധപ്പെട്ട ഒരുകൂട്ടം ചെറുപ്പക്കാരെ ഹനുമാൻ ക്ഷേത്രത്തിലേക്ക് ഗോമാംസം എറിഞ്ഞതിന് അറസ്റ്റു ചെയ്തു. ഇവർ പിന്നീട് മുസ്ലീങ്ങൾ തങ്ങളുടെ ക്ഷേത്രം അശുദ്ധമാക്കിയതായി പ്രചാരണം അഴിച്ചുവിട്ടു. അങ്ങനെ അവരുടെ ആരോപണം ന്യൂനപക്ഷത്തിനെതിരായി തിരിച്ചുവിടുകയും ഏതാനും ബസുകൾ കത്തിക്കുകയും ചെയ്തു. ബി ജെ പി ഭരിക്കുന്ന മറ്റു സംസ്ഥാനങ്ങളിലും ഒരു തരത്തിലല്ലെങ്കിൽ മറ്റൊരു തരത്തിൽ ഗോവധനിരോധിക്കുന്നതിനുള്ള നിയമങ്ങൾ കൊണ്ടുവന്നുകൊണ്ടിരിക്കുകയാണ്. യാദൃച്ഛികമെന്ന് പറയട്ടെ 2015 മാർച്ചിൽ കേരളത്തിലെ തിരുവനന്തപുരം ഗോമാംസം നിരോധനത്തിനോടുള്ള പ്രതിഷേധ സൂചകമായി ഒരു ബീഫ് ഫെസ്റ്റിവൽ സംഘടിപ്പിക്കപ്പെടുകയുണ്ടായി.

ഗുജറാത്തിലാവട്ടെ ഗോസംരക്ഷണം ഒരുപടികൂടി മുന്നോട്ടു പോയിരിക്കുന്നു. ഗോമാതാവിന് തിമിര-ദന്ത ശസ്ത്രക്രിയകൾക്കായി കൂടുതൽ കേന്ദ്രങ്ങൾ തുറക്കുന്നതിന് അവിടെ ആസൂത്രണം നടന്നുവരുന്നു. ഒരു ഗോമാതാവും ഈ രോഗം വന്നാൽ 3 കിലോമീറ്ററിലേറെ സഞ്ചരിക്കാതെ കേന്ദ്രത്തിൽ എത്താൻ പറ്റുന്ന സംവിധാനമാണ് ഏർപ്പെടുത്താൻ പോകുന്നത്. ഭരണകൂട സഹായത്തോടെ നടന്ന ഗുജറാത്ത് വംശഹത്യയുടെ അനന്തരഫലങ്ങൾ അനുഭവിച്ചുകൊണ്ടിരിക്കുന്നവർക്കു പോലും സുരക്ഷ നല്കാൻ പറ്റാത്തവരാണ് ഇത് ചെയ്യാൻ പോകുന്നത്.

മഹാരാഷ്ട്ര മൃഗ പരിപാലനം (ഭേദഗതി) നിയമം 1995 ന് പ്രസി

ഡന്റിന്റെ അനുമതി കിട്ടി. 2015 ഫെബ്രുവരിയിലാണ് മഹാരാഷ്ട്ര ഗവൺമെന്റിന് ഈ അനുമതി ലഭ്യമായത്. അത് കാളകൾ, മൂരിക്കുട്ടികൾ എന്നിവയെ കൊല്ലുന്നത് നിരോധിക്കുന്നു. കുറ്റം ചെയ്യുന്നവർ 5 വർഷം തടവും 10000 രൂപ പിഴയും ഒടുക്കേണ്ടതാണ്. ഇവിടെ നിയമത്തിന്റെ തലവാചകത്തിൽ പറയുന്ന മൃഗപരിപാലനത്തിൽ മനുഷ്യ ഉപഭോഗത്തിന് ഉപയോഗിക്കുന്നതോ സമൂഹം വിവിധാവശ്യങ്ങൾക്ക് ഉപയോഗിക്കുന്നതോ ആയ എല്ലാ മൃഗങ്ങളും ഉൾപ്പെട്ടിട്ടില്ല. പകരം അതിൽ ഉൾപ്പെട്ടിട്ടുള്ളത് പശുക്കളും അതിന്റെ സന്തതിപരമ്പരകളും മാത്രമാണ്.

ഗോമാംസം കഴിക്കുകയും ഗോഹത്യ നടത്തുകയും ചെയ്യുന്ന ന്യൂനപക്ഷങ്ങളെ മാത്രമാണ് ഈ ആശയത്തിലൂടെ ലക്ഷ്യം വെക്കുന്നത്. 2014 ലെ പൊതുതിരഞ്ഞെടുപ്പുകാലത്ത് ഉയർത്തപ്പെട്ടിരുന്ന മുദ്രാവാക്യങ്ങൾ "മോദിക്ക് വോട്ടു ചെയ്യുക പശുക്കൾക്ക് ജീവിതം കൊടുക്കുക. പശുവിനെ സംരക്ഷിച്ചാൽ രാജ്യം സംരക്ഷിക്കപ്പെടും അതാണ് ബി ജെ പിയുടെ സന്ദേശം." എന്നിവയായിരുന്നു എന്ന് ഓർമ്മിക്കാം. ഈ മുദ്രാവാക്യമാണ് ഗോവികസനസെൽ ആയി ബി ജെ പി വളർത്തിയെടുത്തത്.

ഈ നിയമനിർമ്മാണത്തോടുള്ള പ്രതികരണമെന്ന നിലയിൽ ദേവ്നർ അറവു കേന്ദ്രത്തിലെ ആയിരക്കണക്കിന് വരുന്ന തൊഴിൽ നഷ്ടപ്പെടുന്ന തൊഴിലാളികൾ ഗവൺമെന്റിന്റെ ഈ നീക്കത്തിനെതിരായ പ്രതിഷേധവുമായി രംഗത്തിറങ്ങി. വിവിധ മതങ്ങളിൽപ്പെട്ട നിരവധി വ്യാപാരികൾ മുംബൈയിലെ ആസാദ് മൈതാനത്ത് മഹാരാഷ്ട്ര ഗവൺമെന്റിന്റെ ഈ വർഗ്ഗീയ പ്രവർത്തനത്തിനെതിരായ പ്രതിഷേധവുമായി രംഗത്തിറങ്ങി. ഇതിനെതിരായി ബോംബെ ഹൈക്കോടതിയിൽ പൊതു താല്പര്യഹർജി ഫയൽ ചെയ്ത പരാതിക്കാരൻ വാദിക്കുന്നത് അവർക്കിഷ്ടപ്പെട്ട മാംസം തെരഞ്ഞെടുക്കാനുള്ള പൗരന്റെ അവകാശം മൗലികാവകാശമാണെന്നാണ്.

ഉപസംഹാരം

രാഷ്ട്രീയ ചതുരംഗക്കളത്തിൽ പശുവിനെക്കൊണ്ടു വന്നതിന്റെ മൂലകാരണം വർഗ്ഗീയ വിഭജനശക്തികളുടെ വർദ്ധിച്ചുവരുന്ന കരുത്ത് തന്നെയാണ്. മതാധിഷ്ഠിത പാതയിൽ സമൂഹത്തെ വിഭജിക്കുക എന്ന രാഷ്ട്രീയ ലക്ഷ്യം നേടുന്നതിനുള്ള ഒരു രാഷ്ട്രീയ ഉപകരണമെന്ന നിലയിലാണ് ഈ പ്രതീകത്തെ ഹിന്ദുവലതുപക്ഷം രൂപപ്പെടുത്തിയിരിക്കുന്നത്. അത്തരം നീക്കം സാമ്പത്തികമായി നഷ്ടമാണെന്ന് മാത്രമല്ല ചിലരുടെ ഭക്ഷണം തെരഞ്ഞെടുക്കാനുള്ള അവകാശത്തെ ഹനിക്കുന്നതും വലിയൊരു വിഭാഗം ജനങ്ങൾക്ക് പോഷകാഹാരം ലഭിക്കുന്നതിനുള്ള ഏക സ്രോതസ്സിനെ ഇല്ലാതാക്കുന്നതുമായിരിക്കും. മുസ്ലീം രാജാക്കന്മാരുടെ സമീപനം, ഗാന്ധിജിയുടെ കാഴ്ചപ്പാട് ഇതിന്റെയൊക്കെ അടിസ്ഥാനത്തിൽ ശരിയായി വീക്ഷണം രൂപപ്പെടുത്തുകയും വിവിധ പ്രദേശങ്ങളിലെ ബി ജെ പി ഗവൺമെന്റുകളുടെ നീക്കങ്ങൾ യുക്തി അധിഷ്ഠിതവും മാനുഷികവുമായ വശത്തിലൂടെ പുനപരിശോധനയ്ക്ക് വിധേയമാക്കുകയും വേണം.

ബീഫ് നിരോധിക്കുമ്പോൾ

അനുപമ കതകം

മഹാരാഷ്ട്രയിൽ ഇപ്പോൾ ബീഫ് നിയമവിരുദ്ധമാണ്. ഒരു പുതിയ നിയമമനുസരിച്ച് ബീഫ് വില്ക്കുകയോ കൈവശം വച്ചിരിക്കുകയോ ചെയ്യുന്ന ഒരാളെ അഞ്ചുവർഷത്തേക്കു ജയിലിലടയ്ക്കുകയും പതിനായിരം രൂപ പിഴയീടാക്കുകയും ചെയ്യാം. സംസ്ഥാനത്ത് അധികാരത്തിലിരുന്ന ശിവസേന, ബി ജെ പി കൂട്ടുകക്ഷി ഗവൺമെന്റ് 1995 ൽ മഹാരാഷ്ട്ര മൃഗസംരക്ഷണ (ഭേദഗതി) ബിൽ അസംബ്ലിയിൽ അവതരിപ്പിച്ചു പാസാക്കുകയുണ്ടായി. 1996 ൽ ബിൽ പ്രസിഡന്റിന്റെ അംഗീകാരത്തിനയച്ചു. എന്നാൽ പിന്നീടുവന്ന ഗവൺമെന്റ് ഇതു നടപ്പിലാക്കുകയുണ്ടായില്ല. ദേവേന്ദ്ര ഭട്ട് നവിസിന്റെ നേതൃത്വത്തിലുള്ള ഇന്നത്തെ ഗവൺമെന്റ് ബിൽ പുനരുജ്ജീവിപ്പിക്കുകയും മാർച്ചുമാസത്തിൽ പ്രസിഡന്റ് പ്രണാബ് മുഖർജിയുടെ അംഗീകാരം നേടി നിയമമാക്കുകയും ചെയ്തു. എരുമകളെയും പോത്തുകളെയും കൊല്ലുന്നതിനും കൈവശം വയ്ക്കുന്നതിനും വില്ക്കുന്നതിനുമുള്ള ഒരു ഫിറ്റ്നസ് സർട്ടിഫിക്കറ്റിന്റെ അടിസ്ഥാനത്തിൽ നേരത്തേ ലഭ്യമായിരുന്ന അനുമതി ഈ പുതിയ നിയമം നിരോധിക്കുന്നു. 1976 ലെ മഹാരാഷ്ട്രാ മൃഗസംരക്ഷണനിയമമനുസരിച്ച് സംസ്ഥാനത്ത് പശുക്കളെ കൊല്ലുന്നത് നേരത്തെതന്നെ നിരോധിക്കപ്പെട്ടിരുന്നു. കർക്കശമായ പുതിയ നിയമമാകട്ടെ ബീഫ് നിരോധനത്തെ സംബന്ധിച്ച് ഒരു പൊതുചർച്ചയ്ക്ക് തുടക്കം കുറിച്ചിട്ടുണ്ട്. സമൂഹത്തിന്റെ വലിയ വിഭാഗം ജനങ്ങൾക്കു വിനാശകരമായ നിബന്ധനകളുള്ള ഇരുപതു വർഷം പഴക്കമുള്ള ഒരു ബില്ലിനെ ഇപ്പോൾ പൊടിതട്ടിയെടുത്തിരിക്കുന്നത് എന്തിനാണ്. ഇത് തങ്ങളുടെ തിരഞ്ഞെടുപ്പു വാഗ്ദാനം നിറവേറ്റുന്നതിനും കാവി അജണ്ട അടിച്ചേല്പിക്കുന്നതിനുമുള്ള വലതുപക്ഷപാർട്ടിയുടെ രാഷ്ട്രീയ ലക്ഷ്യമുള്ള നീക്കമാണ്.

ഈ ദിശയിലുള്ള ചർച്ച തുറക്കപ്പെട്ടതോടെ പ്രശ്നം വിവിധ അടരുകളുള്ളതാണെന്നു ബോദ്ധ്യപ്പെട്ടു. ഈ നീക്കം ന്യൂനപക്ഷസമുദായങ്ങളെ പാർശ്വവല്ക്കരിക്കുന്നതിനുള്ളതും മതപരമായ കാര്യങ്ങളുടെ അടിസ്ഥാനത്തിലുള്ളതും ആണെന്ന ആരോപണങ്ങൾ മുഖ്യമന്ത്രി ഭട്നവിസ് നിഷേധിക്കുകയുണ്ടായി. പൊതുചർച്ചയിൽ ഉയർന്നുവന്ന ഒരു കാര്യം വിശുദ്ധവും ഭക്ഷണമെന്ന നിലയിൽ നിഷേധിക്കപ്പെട്ടതുമായി ചില സമുദായങ്ങൾ കരുതുന്ന മറ്റു ചില മൃഗങ്ങളെ കൊല്ലുന്നതിനു വിലക്കേർപ്പെടുത്താത്തത് എന്തുകൊണ്ടാണ് എന്നതാണ്. എന്തുകൊണ്ട് പശുമാത്രം! ഇതുകൂടാതെ ഒരു വ്യക്തിയുടെയോ സമുദായത്തിന്റെയോ ഭഷണശീലം സ്റ്റേറ്റ് നിർണ്ണയിക്കുക എന്നത് ഭരണഘടനാ വിരുദ്ധമാണ് എന്നും സാമൂഹ്യപ്രവർത്തകർ ചൂണ്ടിക്കാണിക്കുന്നു.

നിരോധനം നടപ്പിലാക്കിയാലും കന്നുകാലികൾ കൊല്ലപ്പെടാതിരിക്കുക എന്നതിന് സാദ്ധ്യതയില്ലെന്ന് മൃഗാവകാശപ്രവർത്തകർ അവകാശപ്പെടുന്നു. ഗോഹത്യ രഹസ്യമായിത്തുടരും എന്ന് അവർ ചൂണ്ടിക്കാണിക്കുന്നു. അന്വേഷണ പഠനങ്ങൾ കാണിക്കുന്നത് ഇറച്ചിക്കുവേണ്ടി മൃഗങ്ങളെ നിയമവിരുദ്ധമായി കൊല്ലുന്നതാണ് മൃഗഹത്യയുടെ ഏറ്റവും വൃത്തികെട്ട രൂപമാതൃകയെന്നാണ്. തന്നെയുമല്ല അങ്ങനെ കിട്ടുന്ന ഇറച്ചി തീരെ അനാരോഗ്യകരവുമാണ്.

സമൂഹത്തിലെ വലിയ വിഭാഗങ്ങളെ സംബന്ധിച്ച് ബില്ലിന് വ്യാപകമായ ദൂഷ്യഫലങ്ങളുണ്ട്. മാംസവ്യവസായത്തിൽ പണിയെടുക്കുന്ന ഭൂരിപക്ഷസമുദായാംഗങ്ങളുൾപ്പെടെ ആയിരക്കണക്കിനാളുകൾക്ക് തങ്ങളുടെ ജീവിതമാർഗ്ഗം നഷ്ടപ്പെടുകയാണ്. ന്യൂനപക്ഷസമുദായങ്ങളിൽ പെടുന്നവർക്കുമാത്രമല്ല ദരിദ്രജനതയിൽപ്പെടുന്ന ഏവർക്കും നേടാൻ കഴിയുന്ന ഏറ്റവും വലിയ പ്രോട്ടീൻ ഉറവിടമാണ് ബീഫ്. ബ്രസീൽ കഴിഞ്ഞാൽ രണ്ടാമത്തെ ഏറ്റവും വലിയ ബീഫ്കയറ്റുമതി രാഷ്ട്രമാണ് ഇന്ത്യ. അഗ്രിക്കൾച്ചറൽ ആൻഡ് പ്രോസസ്ഡ് ഗുഡ്സ് പ്രോഡക്ട്സ് ഡെവലപ്മെന്റ് അതോറിറ്റി (APEDA)യുടെ കണക്കനുസരിച്ച് മഹാരാഷ്ട്രയും ഉത്തർപ്രദേശും പഞ്ചാബും ആണ് ബീഫ് ഉല്പാദിപ്പിക്കുന്ന സംസ്ഥാനങ്ങളിൽ ഏറ്റവും മുന്നിൽ നില്ക്കുന്നത്. പുതിയ ബില്ലിന് കയറ്റുമതി കച്ചവടത്തിൻ മേൽ വമ്പിച്ച സ്വാധീനമുണ്ടാവും എന്നു വ്യക്തമാണ്. എന്തായാലും ബിൽ ഗുണം താരതമ്യേന കുറവായ പോത്ത്/ എരുമയെ കൊല്ലുന്നതിന് അനുവദിച്ചിട്ടുണ്ട്. 1976 ൽ ഗോഹത്യ നിരോധനശേഷം ഹോട്ടലുകളിൽ പോത്തിറച്ചി മാത്രമേ വിളമ്പുന്നുള്ളൂ എന്നാണ് ഹോട്ടലുടമകൾ പറയുന്നത്. ഇറക്കുമതി ചെയ്യുന്ന ബീഫിൻമേൽ നിരോധനം വ്യാപിപ്പിക്കുകയില്ലെങ്കിൽ പോത്തിറച്ചി അനുവദനീയമായിരിക്കുന്നതുകൊണ്ട് ബില്ലിന്റെ സ്വാധീനം രൂക്ഷമാവുകയില്ലെന്ന് അവർ കരുതുന്നു.

പുതിയ നിയമത്തിലെ പാലുല്പാദനം നിലച്ച പശുക്കളെയും കാളകളെയും കൊല്ലുന്നതിനുള്ള നിരോധനം സാമൂഹ്യ കാർഷിക പ്രശ്നം

ഉയർത്തിവിടുന്നുണ്ട്. ഇത്തരം മൃഗങ്ങളെ ഇറച്ചിക്കായി മാത്രമല്ല ഉപയോഗിക്കുന്നത്. അവയുടെ തോലും എല്ലുകളും കൊമ്പും മരുന്നുല്പാദനം, സൗന്ദര്യവർദ്ധക വസ്തുക്കൾ, പഞ്ചസാര ഉൾപ്പെടെയുള്ള വ്യാവസായിക ആവശ്യങ്ങൾക്കും ഉപയോഗിക്കുന്നുണ്ട്. ഈ മേഖലകളിൽ ജോലിചെയ്യുന്ന ലക്ഷക്കണക്കിനാളുകളെ ഈ നിയമം പ്രതികൂലമായി ബാധിക്കും.

മഹാരാഷ്ട്ര ഗവൺമെന്റിന്റെ പുതിയ നിയമം സംസ്ഥാനത്ത് ഇറച്ചി വ്യാപാരത്തിലേർപ്പെട്ടിരിക്കുന്ന ഖുറേഷി സമുദായത്തെയാണ് ഏറ്റവും വിഷമകരമായി ബാധിക്കുന്നത്. ഈ സമുദായത്തിൽപ്പെട്ട ഏകദേശം 20 ലക്ഷം ആളുകളെ ഇതു ബാധിക്കുമെന്ന് ബീഫ് ട്രേഡേഴ്സ് അസോസിയേഷനിലെ അബ്ദുൾ ജമീൽ ഖുറേഷി ബോംബെയിൽ പ്രസ്താവിച്ചത്.

> തലമുറകളായി ഈ വ്യവസായത്തിൽ പ്രവൃത്തിയെടുക്കുന്ന അനേകം കുടുംബങ്ങളുണ്ട്. ഇത് അവരുടെ പരമ്പരാഗത തൊഴിലാണ്. തുകൽ ജോലിക്കാരായും മദ്ധ്യവർത്തികളായും അറവുശാലകളിലും മറ്റും ജോലി ചെയ്യുന്നവർക്ക് എന്തു സംഭവിക്കും? ഒരു പകരം തൊഴിലിനെ സംബന്ധിച്ച് ഗവൺമെന്റ് യാതൊരു ഉറപ്പും നല്കിയിട്ടില്ല.

ബില്ലിന് പ്രസിഡന്റിന്റെ അനുമതി ലഭിച്ചയുടൻ മുംബൈയിലെ ഡിയോക്കർ അറവുശാല കാളകളെയും പോത്തുകളെയും കശാപ്പുചെയ്യുന്നതു നിറുത്തിവച്ചു. ഇവിടെ പ്രതിദിനം 400 കാളകളെയാണ് കശാപ്പു ചെയ്തിരുന്നത് എന്നു ഖുറേഷി പറഞ്ഞു. ഈയിനത്തിൽ സ്ലാട്ടറിങ് ഫീയായി ഗവൺമെന്റിനു പ്രതിദിനം ലഭിച്ചിരുന്ന 80,000 രൂപ ഇല്ലാതായി.

'മുംബൈ സബർബൻ ബീഫ് ഡീലേഴ്സ് അസോസിയേഷൻ' ആക്ടിനെതിരെ നിയമനടപടികൾ ആസൂത്രണം ചെയ്യുന്നുണ്ട്. കന്നുകാലികളെ വെട്ടാൻ കൊടുക്കുന്ന കൃഷിക്കാരെ നിരോധനം രൂക്ഷമായി ബാധിച്ചിട്ടുണ്ട്. പ്രധാനമായും ഖുറേഷി സമുദായത്തിൽ നിന്നും വരുന്ന കന്നുകാലിക്കച്ചവടക്കാർ പ്രയോജനശൂന്യമായ മാടിന് 25000 രൂപ വരെ വില കൊടുക്കാറുണ്ട്. മൺസൂണിന്റെ കുഴാമറിച്ചിലുകാരണമായുള്ള കാർഷിക തകർച്ച നേരിടുന്ന കർഷകന് അവന്റെ പ്രായം ചെന്ന കന്നുകാലികൾക്കു തീറ്റയും വെള്ളവും മരുന്നുകളും കൊടുക്കാൻ സാധിക്കുകയില്ല. *സെന്റർ ഫോർ സ്റ്റഡി ഓഫ് സൊസൈറ്റി ആൻഡ് സെക്യുലറിസ*ത്തിൽ രാംപുനിയാനി പറയുന്നു. "ഗ്രാമങ്ങളിലെ സാമ്പത്തിക ചക്രം പൂർണ്ണമായും അടിതകർക്കപ്പെടും. യഥാർത്ഥത്തിൽ ഇത് ഒരു കാർഷിക സാമ്പത്തിക വിനാശത്തിനു കളമൊരുക്കും."

മുംബൈയിലെ ധാരാവി ബൽറ്റിലെ തുകൽ തൊഴിലാളികളാണ് ആഗോളമത്സരം കാരണം ഗുരുതരസംഘർഷത്തിലായി തകർന്നടിഞ്ഞിരിക്കുന്ന മറ്റൊരു വിഭാഗം. ദിയോനർ അറവുശാല പ്രതിദിനം 400-450

കാള, പോത്ത് എന്നിവയുടെ മൃഗത്തോലുകൾ ടാഗനറി (തുകൽ ഉറയിടുന്ന സ്ഥലം) കൾക്കു നല്കുന്നുവെന്നാണ് മുഹമ്മദ് ഖുറേഷ കണക്കാക്കുന്നത്. ഓരോന്നും ഏകദേശം 1500 രൂപയ്ക്കാണ് വില്ക്കപ്പെടുന്നത്. വില ഇനിയും വർദ്ധിക്കുവെന്നാണ് അദ്ദേഹം പറയുന്നത്. “കഴിഞ്ഞ വർഷം തുകൽ വില കുതിച്ചുയർന്നു. ഒരു ചതുരശ്ര അടി തുകലിന്' ഏകദേശം 50 രൂപയാണ് ഞങ്ങൾ നല്കുന്നത്. ഇത് ഇരട്ടിയാകും എന്നു മാത്രമല്ലാ ദൗർലഭ്യം അനുഭവപ്പെടുകയും ചെയ്യും.” ഇതിന്റെയർത്ഥം വില കുറഞ്ഞ തുകൽ ബാഗ് കമ്പോളത്തിലെ ഒരു എതിരാളിയായ ചൈന കയറ്റുമതി ഓർഡർ തട്ടിയെടുക്കുകയും ചെയ്യും. ധാരാവി 100 ഫുട്ട്ബോഡിൽ ഒരു ചെറിയ കച്ചവടം നടത്തുന്ന നിർമ്മാതാവും ചില്ലറ വില്പനക്കാരനുമായ കാസിംഷേയ്ഖ് പട്ടേൽ പറയുന്നത്; “ധാരാവിയിലെ തുകൽ വ്യാപാരം ഒരു അനൗപചാരിക വ്യവസായമാണ്; 50 കോടി രൂപയുടെ ബിസിനസ് ഇവിടെ നടക്കുന്നുവെന്നാണ് അനൗപചാരികമായി കണക്കാക്കപ്പെടുന്നത്. ഇത് ആയിരക്കണക്കിന് ചേരിനിവാസികളുടെ ജീവിത മാർഗ്ഗമാണ്.”

എ പി ഇ ഡി എ പറയുന്നത്.

> കന്നുകാലികളുടെ ഇറച്ചി ബസുമതി അരികഴിഞ്ഞാൽ ഇന്ത്യയുടെ ഏറ്റവും വലിയ രണ്ടാമത്തെ കാർഷിക കയറ്റുമതി ചരക്കാണ്. ഏപ്രിൽ ഒക്ടോബർ 2013 ൽ വിലയുടെ അടിസ്ഥാനത്തിൽ എല്ലാ ക്കാലത്തെയും ഉയർന്ന 13, 917 കോടിയായി ഉയർന്നു; ഇതു മുൻവർഷം ഇതേകാലത്തിൽ നിന്നും 58 ശതമാനം വർദ്ധനയാണ്. അളവിന്റെയടിസ്ഥാനത്തിൽ ഇന്ത്യയിൽ നിന്നുള്ള ഇറച്ചികയറ്റുമതിയിൽ 23 ശതമാനം വർദ്ധനവുണ്ടായി.

നിരോധനം പോത്തിറച്ചി ഘടകത്തെ ബാധിക്കുന്നില്ല, എങ്കിൽപ്പോലും ഇത് ബീഫ് എന്ന ഇനത്തിൽ വരുമെന്നതുകൊണ്ട്, സംശയത്തിന്റെ അടിസ്ഥാനത്തിൽ വലതുപക്ഷ അക്രമികൾക്ക് കച്ചവടശാലകളിൽ കടന്നുകയറി പ്രശ്നങ്ങളുണ്ടാക്കാൻ കഴിയും. ഇതേസംശയത്തിന്റെ പേരിൽ കച്ചവടസ്ഥാപനങ്ങൾ അടച്ചിടാനും കഴിയും. ഇത് അനേകായിരങ്ങളുടെ ഉപജീവനമാർഗ്ഗത്തെ തകർത്തുകളയും.

നിരോധനം നടപ്പിൽ വരുന്നതിനു മുൻപുതന്നെ ഹിന്ദുത്വവാദികൾ ജില്ലകളിൽ നിന്നും കന്നുകാലികളെ മുംബൈയിലേക്ക് നിയമമനുസരിച്ചുള്ള അനുമതികളോടെ കൊണ്ടുവന്ന ട്രക്കുകൾ അടിച്ചുതകർക്കുകയും ഡ്രൈവർമാരെ മർദ്ദിച്ച് ഓടിക്കുകയും ചെയ്തു. ഭാവിയിൽ എന്താണു സംഭവിക്കാൻ പോകുന്നതെന്ന് മുൻകൂട്ടി കാണാൻ ബുദ്ധിമുട്ടില്ലെന്ന് മനീഷ് മൽഹോത്ര പറയുന്നു.

നിരോധനത്തെ ചോദ്യം ചെയ്തുകൊണ്ട് പൊതു താല്പര്യഹർജി ഫയൽ ചെയ്ത കേതൽതിരോദ്കർ ആവശ്യപ്പെടുന്നത് ബീഫിന്റെ ഉപഭോഗവും വില്പനയും ക്രമിനൽവല്ക്കരിക്കരുതെന്നാണ് “ഭക്ഷണം കഴി

ക്കുന്നതിനുള്ള അവകാശത്തെ ഇതു ബാധിക്കരുത്." ഉപഭോഗത്തിനു വേണ്ടി മറ്റു സംസ്ഥാനങ്ങളിൽ നിന്നും ഇതുകൊണ്ടുവരുന്നത് തടസ്സപ്പെടുത്തിക്കൂട. "ഭരണഘടനയുടെ 21-ാം വകുപ്പു അനുശാസിച്ചിട്ടുള്ള അളവുകോലുകൾ അതിക്രമിച്ചുകടക്കുന്ന നിയമനിർമ്മാണങ്ങളെ തച്ചുടയ്ക്കാൻ ജുഡീഷ്യൽ ആക്റ്റിവിസം അത്യന്താപേക്ഷിതമാണ്.

മൃഗാവകാശപ്രവർത്തകരും നിരോധനത്തിനെതിരെ പ്രതിഷേധം ഉയർത്തിയിട്ടുണ്ട്.

> ഇത് പ്രത്യേകം ആരാഞ്ഞ് എടുത്ത നിരോധനമാണ് എന്തുകൊണ്ട് പോത്തുകൾ ഇതിൽ ഉൾപ്പെടുന്നില്ല. മൃഗങ്ങൾ സംരക്ഷിക്കപ്പെടുകയാണോ അതോ മറ്റ് അജണ്ടകളിലേക്കുള്ള വഴി ഒരുക്കമാണോ? ഫെഡറേഷൻ ഓഫ് ഇന്ത്യൻ അനിമൽ പ്രൊട്ടക്ഷൻ ഓർഗനൈസേഷൻ പറയുന്നത് ഇത് നിയമവിരുദ്ധവ്യാപാരത്തെ കൂടുതൽ സഹായിക്കും. പാൽ ഉല്പാദനം അവസാനിപ്പിച്ച കന്നുകാലികൾക്ക് എന്തു സംഭവിക്കും?

(കടപ്പാട്: ഫ്രണ്ട് ലൈൻ വാരിക, 2015, ഏപ്രിൽ 3

'അധികാര അജണ്ട'കളൊന്നു മറിയാതെ പാവം പശു!

കെ ഇ എൻ

ഒന്ന്

'ഭക്ഷണം നന്നായി' എന്നൊരാൾ പറയുന്നതിന്, അതയാളുടെ രുചി ബോധവുമായി, പൊരുത്തപ്പെട്ടു എന്നതിനപ്പുറം ഒരർത്ഥവുമില്ല. 'കണ്ണി മാങ്ങ, കരിങ്കാളൻ, കനലിൽച്ചുട്ട പപ്പടം, കാച്ചിയ മോരുമുണ്ടെങ്കിൽ കാണാം ഊണിന്റെ വൈഭവം' എന്ന പഴയ ചൊല്ല്; മേല്പറഞ്ഞ വിഭവ ങ്ങളിൽ സംതൃപ്തരാവുന്നവരെ സംബന്ധിച്ചിടത്തോളം പൂർണ്ണമായും പ്രസക്തമാണ്. അല്ലാത്തവരെ സംബന്ധിച്ചിടത്തോളവും ഇതുതന്നെ യാണ് ഏറ്റവും രുചികരമായ ഭക്ഷണം എന്നൊരാൾ വാദിച്ചാൽ അതപ ഹാസ്യമാവും. നിർബ്ബന്ധമായും നിങ്ങളും ഇത് മാത്രം കഴിച്ചാൽ മതി യെന്ന് ഒരാൾ കല്പിച്ചാലോ? അത് ഒന്നാം നമ്പർ തോന്ന്യാസവുമാവും!

'നായർക്ക് ഇഞ്ചി പക്ഷം, അച്ചിക്ക് കൊഞ്ചുപക്ഷം' എന്ന ചൊല്ലാണ്; ആദ്യം പറഞ്ഞ ആ 'കണ്ണിമാങ്ങ' ചൊല്ലിനേക്കാൾ ഒരല്പം സാംസ്കാരികാർത്ഥത്തിൽ മുന്നിട്ടു നില്ക്കുന്നത്! ഭക്ഷണത്തിലെ വ്യത്യ സ്തതകളെ അംഗീകരിച്ചാദരിക്കുന്നത് ആ ചൊല്ലാണ്. ചായ വേണ്ട വർക്ക് ചായ, കാപ്പി വേണ്ടവർക്ക് കാപ്പി, ഒന്നും വേണ്ടെങ്കിൽ ഒന്നും വേണ്ട, എന്നതിലൊതുങ്ങും 'ഭക്ഷണ ജനാധിപത്യം!' ചൈനീസ് പ്രധാ നമന്ത്രി ഇന്ത്യയോടുള്ള സൗഹാർദ്ദ പ്രകടനത്തിന്റെ ഭാഗമായി; നമ്മുടെ പ്രധാനമന്ത്രിയുടെ വായിലേക്ക് ഒരു പൊരിച്ച, 'പാമ്പിൻ പീസ്' ഇടുന്ന തുപോലെതന്നെ കുറ്റകരമാണ്; അദ്ദേഹം സ്വന്തം വായിലേക്ക് ഒരു കാള ക്കഷണമോ പാമ്പിൻതുണ്ടമോ ഇടുമ്പോൾ അദ്ദേഹത്തിന്റെ കൈപി ടിച്ച് അത് അദ്ദേഹത്തെ തിന്നാനനുവദിക്കാതെ ഞങ്ങൾ ഇതിന് ഫൈനിടും എന്ന് ഇന്ത്യൻ പ്രധാനമന്ത്രി ആക്രോശിക്കുന്നതും!

ഏദൻതോട്ടത്തിൽ മനുഷ്യർ ജീവിച്ചത്, ഐതിഹ്യമനുസരിച്ച് പഴ

ങ്ങൾ മാത്രം ഭക്ഷിച്ചാണ്. മനുഷ്യർ 'ഫ്രൂട്ടേറിയൻസ്'മാത്രമാണെന്ന്, ഈയൊരു ഐതിഹ്യത്തിന്റെ കൂടി ചുവടുപിടിച്ച് ചിലർ ഉറപ്പിച്ച് പറയുന്നു. ഇത് ഫ്രൂട്ടേറിയൻസ് അല്ലെങ്കിൽ 'പഴണ്ണി'കളുടെ വെറും പഴംപുരാണം എന്ന്, ചരിത്രപരമായി അവരോട് ചാർച്ച പുലർത്തുന്ന സസ്യാഹാരികൾപോലും പൊട്ടിത്തെറിക്കുന്നു! 'പഴണ്ണികൾ'ക്ക് പഴങ്ങൾക്കും; സസ്യതീവ്രവാദികൾക്ക് 'സസ്യജാലങ്ങൾക്കും', 'മാംസഭീകരർക്ക്' സകലമാന മാംസങ്ങൾക്കും സിന്ദാബാദ് വിളിക്കാനും, വേണമെങ്കിൽ പരസ്പരം മൂർദ്ദാബാദ് വിളിക്കാനും സ്വാതന്ത്ര്യം ഉണ്ടായിരിക്കണം! മിശ്രാഹാരികൾ പൊതുവെ 'ശാന്തരും', പഴ-സസ്യ-മാംസാദികൾക്ക് തുല്യപരിഗണന നല്കുന്നവരും ആകയാൽ 'സർവ്വ-സ്വാഗതവാദികൾ' ആയിരിക്കാനാണ് സാദ്ധ്യത കൂടുതലുള്ളത്!

എന്നാൽ നെല്ലിക്കയോ വെണ്ടക്കയോ ഒരാത്മ'നൊമ്പര'ചരിത്രം എഴുതുകയാണെങ്കിൽ, അവർ ഒരിക്കലും 'ശാന്തസൗമ്യരായ' പഴംതിന്നികൾക്കോ, സസ്യ- പ്രിയർക്കോ സ്വാഗതമാശംസിക്കുകയില്ല! വംശഹത്യയുടെ പേരിൽ സർവ്വശാന്തശീലരും വിചാരണ നേരിടേണ്ടിവരും. ഇതിൽനിന്നൊട്ടും വ്യത്യസ്തമല്ല പശുവിന്റെ കാര്യവും! 'പശു നമുക്ക് പാൽ തരുന്നു' എന്നതൊക്കെ സ്വയം പറ്റിക്കാൻവേണ്ടി നാം പറഞ്ഞുണ്ടാക്കിയ മനോഹരമായ നുണകളാണ്. മാംസമെന്നതുപോലെ, പാലിന്റെയും എല്ലിന്റെയുമെല്ലാം ഉടമാവകാശം, 'സ്വന്തം റിപ്പബ്ലിക്ക്' സ്ഥാപിക്കപ്പെടുകയാണെങ്കിൽ, പശുക്കൾക്കുതന്നെയായിരിക്കും. അപ്പോൾ അവർ മറ്റാരെയെങ്കിലും 'ഭാരതമാതാവാക്കുക'യല്ലാതെ സ്വയമൊരു 'ഭാരതമാതാവായി' തീരുമെന്ന് തോന്നുന്നില്ല. മാംസം തിന്നലും, പാലുകുടിക്കലുമെല്ലാം ജന്തുക്കൾക്കുമേൽ മനുഷ്യർ അടിച്ചേല്പ്പിച്ച ഗുണ്ടാപിരിവും അധിനിവേശവുമാണ്! 'പശു ഒരു മൃഗമല്ല, പശു ഹിന്ദുവാണ്' എന്ന് യുവകവികളിൽ ശ്രദ്ധേയയായ, അമ്മുദീപ വർഷങ്ങൾക്ക് മുമ്പെഴുതി! എന്നാലിന്ന് നാട്ടിലുടനീളം, തന്നെകേന്ദ്രമാക്കി 'തീ പറക്കുന്ന സംവാദങ്ങളും' ആവി പറക്കുന്ന തീറ്റ ഉത്സവങ്ങളും, തനിക്ക് 'രാഷ്ട്രമാതാപദവി' ഔദ്യോഗികമായി കിട്ടാൻ സാദ്ധ്യതയുണ്ടെന്ന സന്തോഷവർത്തമാനവും 'പശു' അറിയുന്നുണ്ടാവുമോ എന്തോ? 'ആടറിയുമോ അങ്ങാടിവാണിഭം' എന്നതൊക്കെ മുമ്പത്തെ ചൊല്ല്! ഇന്ന് 'പശുവറിയുമോ, അധികാര അജണ്ടകൾ' എന്നതു താൻ പുതുചൊല്ല്!

എന്നാൽ, 'പശു' വെറും 'ഹിന്ദുവല്ല'; സാക്ഷാൽ ബ്രാഹ്മണ ഹിന്ദുവാണ് എന്നതാണ് സത്യം! 'ഹിരണ്യഗർഭം' എന്ന വിശ്രുതചടങ്ങ്, ഉദ്ഘോഷിച്ചത് പശു-ബ്രാഹ്മണ തുല്യതയാണ്. 'ലോകാസമസ്താ സുഖിനോ ഭവന്തു......' എന്നു ലോകത്തിനു മുഴുവൻ സുഖം ആശംസിക്കുമ്പോഴും, ആ ലോകത്ത് പശുവും ബ്രാഹ്മണരുമല്ലാതെ, കാഞ്ച ഇലയ്യ പറയുന്ന എരുമകളെയും, പീഡിതജനസമൂഹങ്ങളെയും കാണാനില്ല! സ്വർണ്ണംകൊണ്ട് നിർമ്മിച്ച പശുവിന്റെ ഉള്ളിൽ കടന്ന് പുറത്തുവരുന്ന ചടങ്ങാണ് ഹിരണ്യഗർഭം. അതോടെ ഏതൊരു കീഴാള എരുമയും,

മേലാളപശുക്കളായി മാറും! ഇന്ത്യയെ ഫാസിസ്റ്റുകൾ ഇങ്ങനെയൊക്കെ ചുരുക്കുന്നതുകൊണ്ടാണ് ദേശീയഗാനത്തിനൊപ്പം നമുക്കൊരു 'കാള ഗീതവും'(Beef-Anthem), ആർഷദേശീയതക്കൊപ്പം, മറ്റൊരു 'പോത്ത് ദേശീയത'(Buffelo nationalism)യും ഉണ്ടാകുന്നത്! 'മാടിനെ കണ്ടാൽ അരികിലേക്ക് മാടി വിളിച്ച് നമസ്കരിക്കും', മനുഷ്യരെ ജാതിനോക്കി 'അടിക്കണക്കിനനുസരിച്ച്' ശാസ്ത്രീയമായിത്തന്നെ അകറ്റി നിർത്തും. ഇതെന്ത് ഏർപ്പാടാണെന്നാണ് പ്രശസ്തമായ ആ ജാതിക്കുമ്മി യിൽ ഒരു നൂറ്റാണ്ട്മുമ്പ് മഹാകവി പണ്ഡിറ്റ് കെ പി കറുപ്പൻ പൊട്ടിത്തെറിച്ച ത്. എന്നാലിന്നും 'പശുത്തൊഴുത്ത്'എന്ന് വിളിക്കപ്പെടുന്ന ഉത്തരേന്ത്യ യിലെ ചില പ്രദേശങ്ങളിൽ സ്ഥിതി ഒട്ടും വ്യത്യസ്തമല്ല! 'സെക്കുലർ പൊലീസ്' എന്ന ജാതവേദൻ നമ്പൂതിരിയുടെ ഹൃദ്യമായ സർവ്വീസ് സ്റ്റോറിയിൽ 'സ്വന്തം' പേരുകൊണ്ട് കിട്ടിയ ഗുണവും, (ഹ..ഹ) എന്നാൽ മാംസം കഴിച്ചതിനാൽ ഉണ്ടായ ഇടിവും, വിവരിക്കുന്ന കൂട്ടത്തിൽ പശു വിന്റെ മേൽ വാഹനം അറിയാതെ ഒന്ന് തൊട്ടാൽപ്പോലും ഉണ്ടാവുന്ന ഭവിഷ്യത്തും, നന്നായി വിവരിക്കുന്നുണ്ട്. പ്രശസ്തമായ ആ പഴയ 'മനു ഷ്യപ്പറ്റി'നേക്കാൾ, പുതിയ 'പശുപ്പറ്റി'നാണ് ഇന്ത്യയിലിപ്പോൾ മാർക്കറ്റ്!

രണ്ട്

'സദ്യ' എന്നുള്ളത് മലയാളത്തിൽ ഇന്നും ഫ്രൂട്ടേറിയൻ-വെജിറ്റേ റിയൻ തീറ്റ ആഘോഷം മാത്രമാണ്! എത്രയിളക്കിയാലും ഒരു മത്തി ക്കഷണം പോലും അതിൽനിന്നും കിട്ടുകയില്ല! വല്യപ്പടം ചെറ്യപ്പടം തുടങ്ങി നിരവധി തൊട്ടുകൂട്ടാൻവരെ വർണ്ണശബളമായി വിസ്തൃതവാ ഴയിലയിൽ, യൂനിഫോമിട്ട സ്കൂൾകുട്ടികൾ അസംബ്ലിയിൽ വരിനില്ക്കു ന്നതുപോലെയുള്ള 'സദ്യയിലെ' ആ 'ഇലനില്പ്' ഒന്ന് കാണേണ്ടത് തന്നെയാണ്! സദ്യയിൽ പപ്പടം സ്ഥാനംമാറി വെച്ചതിന്റെ പേരിൽ ശരി ക്കുമുള്ള അടിപോലും മുമ്പ് നടന്നതായി കേട്ടിട്ടുണ്ട്! ഒരു തീവ്രമാംസ വാദി രോഷാകുലനായി ആ വിസ്തൃത സദ്യഇലയിൽനോക്കി എന്തൊരു ഫ്യൂഡൽവെയ്സ്റ്റ് എന്നു പറഞ്ഞ് എഴുന്നേറ്റ് പോവാതെ അവിടെയി രുന്ന് നന്നായിത്തന്നെ ഭക്ഷണം കഴിക്കുന്നത് ഞാനെന്റെ കണ്ണുകൊണ്ട് കണ്ടതാണ്!

ഇംഗ്ലീഷിലെ, 'ഫീസ്റ്റ്' രുചികരമായ ഭക്ഷണമാണ്. വ്യത്യസ്തത കളെ അതുൾക്കൊള്ളുന്നു. എന്നാൽ നമ്മുടെ 'സദ്യ' 'ബ്രാഹ്മണ ഊട്ടാണ്'! 'മികച്ചൊരു' പച്ചക്കറിച്ചോറ്! മാംസം കഴിക്കുന്നവർ നമുക്ക് പിശാചുക്കളും! പിശാചിന്, ശബ്ദതാരാവലിയിൽ ഒരർത്ഥമായി നല്കി യിരിക്കുന്നത്, 'ഇവർ മാംസഭുക്കുകളും, രാക്ഷസരിലും അധമരായ ദുരാ ത്മാക്കളുമാണ്' എന്നത്രേ! എന്നാൽ ഇന്ത്യയിൽ ഏറെ ആക്ഷേപിക്ക പ്പെട്ട 'രാക്ഷസർ', നമ്മുടെ രാഷ്ട്രത്തിലെ ആദ്യത്തെ ഭൂസംരക്ഷകരാ യിരുന്നുവെന്നകാര്യം നാം മറക്കരുത്. കാട്ടിൽ ജീവിച്ച കാലത്ത് നമ്മുടെ കാരണവന്മാർ മൃഗവേട്ട നിർവ്വഹിച്ചിട്ടില്ലായിരുന്നെങ്കിൽ ഇന്ന് ആഹാര

സംവാദം നടത്താൻ പാകത്തിൽ നമ്മളിവിടെ ബാക്കി കാണുമായിരുന്നില്ല. എന്നിട്ടും ചില 'സസ്യസൗമ്യർ' ചോദിക്കുന്നത് ഇറച്ചിതിന്ന ക്രിസ്തുവിന് ആ മഗ്ദലനയിലെ മറിയയെ എങ്ങിനെ സ്നേഹിക്കാൻ കഴിഞ്ഞുവെന്നാണ്. 'നിങ്ങൾ എന്താഹരിക്കുന്നുവോ നിങ്ങൾ അതായിത്തീരും' എന്നാണ് ഗുരുജി ഗോൾവൾക്കറും *വിചാരധാര*യിൽ ഉറപ്പിച്ച് പറയുന്നത്. നാല്ക്കാലികളിൽ മേശയും, ഇരുകാലികളിൽ മനുഷ്യരേയും ഒഴിച്ച് ചൈനക്കാർ എന്തും തിന്നുമെന്നതിനാൽ, അവർ കൊള്ളരുതാത്തവരും; എന്നാൽ പശുവിനെയും പന്നിയേയും തിന്നുന്നവരെങ്കിലും ബ്രിട്ടീഷുകാർ നാഗരിക ജനതയുമാണെന്നാണ്, ഗോൾവൾക്കർ കണ്ടുപിടിച്ചിരിക്കുന്നത്. അപ്പോൾ 'ഭാരതമാതാവായ' പശുവല്ല യഥാർത്ഥ പ്രശ്നം! ആയിരുന്നെങ്കിൽ ബ്രിട്ടീഷുകാർ നാഗരികജനതയും, ചൈനക്കാർമാത്രം മ്ലേഛരുമാകുമായിരുന്നില്ല!! അല്ലെങ്കിലും ഭാരതമാതാവായ ശുദ്ധപശുവിനെ ഇല്ലാതാക്കിയത് പശുതീറ്റക്കാരോ, കശാപ്പുകാരോ അല്ല, മറിച്ച് അറുപതുകളിൽ നിലവിൽവന്ന 'ലൈവ്സ്റ്റോക്ക് ഇംപ്രൂവ്മെന്റ് ആക്ടാണ്'. തദ്ദേശീയ കന്നുകാലികളുടെ വംശനാശമാണ് അതോടെ അരങ്ങേറിയത്. അവശേഷിച്ച ഏകയിനം നാടൻ 'വെച്ചൂർപശു'വാണ്. ബാക്കിയെല്ലാം സങ്കരയിനം വരുത്തരാണ്. ഫാസിസ്റ്റ് സംഘശക്തികൾ രാജ്യശത്രുപട്ടികയിൽ പെടുത്തിയ മുസ്ലിം ക്രിസ്ത്യൻ കമ്യൂണിസ്റ്റ് വിദേശികൾക്കൊപ്പം ഉൾപ്പെടുത്താവുന്ന വെറും സങ്കരയിനം പശുക്കൾ! ദേശക്കൂറ് ചോർന്നുപോയതിനാൽ ഒരുതരത്തിലും ഇവറ്റകളെ ശുദ്ധഭാരതമാതാവാക്കാൻ കഴിയില്ല! തദ്ദേശീയപശുക്കൾ ആരാധിക്കാൻ കൊള്ളുമെങ്കിലും, വരുമാനം നല്കുന്നകാര്യത്തിൽ പിറകിലായതുകൊണ്ടാണ് കാലിത്തൊഴുത്തുകളിൽ ഇപ്പോൾ കൂറ്റൻ, 'വരുത്തപശുക്കൾ' സ്ഥാനം പിടിച്ചത്! വയനാട് ജില്ലയിലെ, 'വെറ്റിനറി കോളേജിൽ' ഞാൻ ആദ്യം പോയത് സത്യമായും അവശേഷിക്കുന്ന ഏക നാടൻ ഇനമായ വെച്ചൂർ പശുവിനെ കാണാനാണ്. എന്നാൽ ഇപ്രാവശ്യം അവിടെ പോയത്, 'വെറ്റിനറി കോളേജ്' വിദ്യാർത്ഥികൾ ഗംഭീരമായി സംഘടിപ്പിച്ച ബീഫ് ഫെസ്റ്റിനെ അഭിവാദ്യം ചെയ്യാനായിരുന്നു!

മൂന്ന്

ഏഷ്യയിലെ ഏറ്റവുംവലിയ യുവജന കലാമേളയായ സ്കൂൾ യുവജനോത്സവത്തിന് ഭക്ഷണകാര്യത്തിൽ വിസ്തൃത ഏഷ്യ പോയിട്ട് ഒരു ചെറിയ കോഴിക്കോടൻ കുറ്റിച്ചിറ പോലുമാവാൻ കഴിയാതെ പോയതോർത്ത് ഞങ്ങൾ ചിരിച്ചതിന് കണക്കില്ല! 'കോഴിക്കോടൻ ഭക്ഷണരുചികളിലേക്ക് സ്വാഗതം എന്ന കലോത്സവവേദിയിലെ ബോർഡ് തീർച്ചയായും രുചികളിലെ, 'ബഹുസ്വരത'യെ സ്പർശിക്കുംവിധം ജനാധിപത്യബോധം പുലർത്തുകതന്നെ ചെയ്തു. പക്ഷേ, വിളമ്പിയത് സാമ്പാറും ചോറും 'സദ്യ'യിലെ സ്ഥിരം ഐറ്റങ്ങളും മാത്രം! സർ, ഇതുമാത്ര

മാണോ കോഴിക്കോടൻ രുചി? പല പരീക്ഷണങ്ങൾക്കും വേദിയാവാറുള്ള യുവജനോത്സവത്തിൽ ഭക്ഷണകാര്യത്തിൽമാത്രം ഒരു പരീക്ഷണവും ഇല്ല! ഒരുത്സവദിനത്തിലെങ്കിലും ഓരോരുത്തർക്കും അവരുടെ രുചിക്കനുസരിച്ച് ഭക്ഷണംകൊടുക്കാൻ സന്നദ്ധമാവാത്തവർക്ക് മറ്റെന്തുണ്ടെങ്കിലും 'കലാബോധം' കഷ്ടിയാണ്. പ്രശ്നമുന്നയിച്ച ഒരു സാംസ്കാരികപ്രവർത്തകനോട് നോൺവെജ് ഭക്ഷണം 'മണക്കു'മെന്നാണത്രേ സംഘാടകരിലാരോ പ്രതികരിച്ചത്! ഹ ഹ ഹ...!

ഒരേയൊരു കോഴിമുട്ടകൊണ്ടുമാത്രം നിരവധി പലഹാരങ്ങളുണ്ടാക്കുന്ന; ബീഫുകൊണ്ട് ഇന്ദ്രജാലംതന്നെ സൃഷ്ടിക്കുന്ന ആ കുറ്റിച്ചിറയിലേക്ക്, പേരുകേട്ട ആ കോഴിക്കോട്ടങ്ങാടിയിൽനിന്ന് അധികംദൂരമില്ലെന്നെങ്കിലും യുവജനോത്സവഭക്ഷണ പ്രതിഭകൾ ഓർക്കേണ്ടതുണ്ടായിരുന്നു.

പുട്ടും കടലയും, പൊറാട്ടയും ബീഫും, മത്തിയും പൂളയും, ഇഡ്ഢലിയും സാമ്പാറും, തട്ടുദോശയും ചട്ടിണിയും, പൊരിച്ചകോഴിയും ചപ്പാത്തിയും, വെള്ളപ്പവും ഇഷ്ടുവും എല്ലാംചേർന്ന് സംഘനൃത്തം ചവിട്ടുന്ന ഒരുഭക്ഷണ, 'കാക്കഫോണി'യാണ്; അല്ലാതെ ഒരു പച്ചക്കറി, 'സിംഫണി'യല്ല; ജനാധിപത്യ ബഹുസ്വരത ആവശ്യപ്പെടുന്നത്. 'ചരിത്രത്തെ വെറും/ ചപ്പാത്തി മാത്രമാക്കി/തിരിച്ചും മറിച്ചുമിട്ട്/ അവർ അത് ചെയ്യും' എന്ന് പ്രശസ്തകവി പി എൻ ഗോപീകൃഷ്ണൻ. കുറേക്കാലമായി പറയേണ്ടതൊന്നും പറയാതെ, എങ്കിലുകൾക്കും പക്ഷേകൾക്കും വഷളൻ സമവാക്യങ്ങൾക്കും ചുറ്റും വട്ടംകൂടി കഴിയുന്നവർക്കെതിരെ, സമകാലിക മലയാള ഭാവന നിർവ്വഹിച്ച ശക്തമായ പ്രക്ഷോഭപരിഹാസമാണ്, 'കോഴിക്കോടൻ രുചി' കൂടി ആഘോഷിക്കുന്ന പി എൻ ഗോപീകൃഷ്ണന്റെ 'ബിരിയാണി'യെന്ന കവിതയിൽനിന്നും ചങ്ങലകൾ പൊട്ടിക്കുന്നത്. മലയാളത്തിന്റെ അപൂർവ്വ പ്രതിഭകളിൽ മുന്നിൽനില്ക്കുന്ന എം പി ശങ്കുണ്ണിനായർ പൂതപ്പാട്ടിനെക്കുറിച്ചുള്ള പഠനത്തിൽ കവിതയെക്കുറിച്ച് മുമ്പ് പറഞ്ഞത്, ഇന്ന് കവിത കാളനും ഓലനും അവിയലും ഇഞ്ചിത്തൈരുമായി നടത്തുന്ന ഒരു സവർണ്ണ സദ്യയാണ്. പൊറോട്ടയും ഓംലറ്റും ചെമ്മീൻ അച്ചാറും ബിരിയാണിയും മറ്റുമുള്ള പാർട്ടിയല്ല. കാരണം കവിത പാരമ്പര്യസംരക്ഷകമാണ് എന്നത്രേ! എന്നാൽ എം പി ശങ്കുണ്ണിനായർ പാരമ്പര്യ ഭക്ഷണത്തെ, 'സവർണ്ണസദ്യ' എന്ന് സത്യസന്ധമായിത്തന്നെ പേരിട്ട് വിളിക്കുകയും, അവർണ്ണ 'ബിരിയാണാദികൾ' ചേർന്ന ഭക്ഷണത്തെ, 'മറ്റുമുള്ള പാർട്ടികൾ' എന്ന പ്രയോഗത്തിൽ ഉൾപ്പെടുത്തുകയുമാണ് ചെയ്തതെങ്കിൽ; പ്രതിനിധാനങ്ങളെക്കുറിച്ചുള്ള കീഴാള അന്വേഷണങ്ങൾ സജീവമാവുകയും ബിരിയാണിക്ക് സാഹിത്യകേന്ദ്രത്തിലേക്ക് സ്ഥാനക്കയറ്റം കിട്ടുകയും ചെയ്ത ഒരു പശ്ചാത്തലത്തിലാണ് കോഴിക്കോട് വെച്ച് നടന്ന യുവജനോത്സവം ആ പഴയ, 'പാരമ്പര്യവാശി' തീൻമേശകളുടെ മേൽ അടിച്ചേൽപ്പിച്ചു കളഞ്ഞത്. അതും പോരാഞ്ഞിട്ട് 'കോഴിക്കോടൻ രുചികളിലേക്ക് സ്വാഗതം'

എന്നൊരു 'ആശംസാഗീതവും'! 'ദൈവമേ! കാത്തുകൊൾക, അങ്ങ് കൈവിടാതിന്നു ഞങ്ങളെ........' എന്ന് പ്രാർത്ഥിക്കാൻ 'പോലും' തോന്നിപ്പോകുന്നു!

'ബിരിയാണിക്ക് അപ്പുറവും ഇപ്പുറവുമിരിക്കുമ്പോൾ/ എന്റെ നരച്ച താടിരോമങ്ങളെ/ നീ കറുത്തുകണ്ടു/ ഞാൻ നിന്റെ കണ്ണുകളെ/ മിന്നാമിനുങ്ങുകളാക്കി/അന്നത്തെ പത്രത്തിൽ/ ബിരിയാണി നിരോധിക്കുക എന്ന്/ എഡിറ്റ് പേജിൽ/ നാലുകോളമുണ്ടെന്ന്/ നീ വിളിച്ചു പറഞ്ഞപ്പോൾ/ ഞാൻ വിശ്വസിച്ചില്ല/ പക്ഷേ/ ഉണ്ടായിരുന്നു.....അവർ അത് ചെയ്തേക്കും/ മീററ്റിൽ/ അഹമ്മദാബാദിൽ/ കൊല്ക്കത്തിയിൽ/ ദില്ലിയിൽ/ ചെന്നൈയിൽ/ ബിരിയാണി തിന്നുന്നവരെ/ പാക്കിസ്ഥാനിലേക്ക് നാടു കടത്തിയേക്കും/ തലശ്ശേരിയിലെ/ കോഴിക്കോട്ടെ/ ഫോർട്ടുകൊച്ചിയിലെ/ പഴക്കമുള്ള ബിരിയാണിച്ചെമ്പുകളെ/ ബോംബുവെച്ചു തകർത്തേക്കും.........' (ബിരിയാണി: ഒരു സസ്യേതര രാഷ്ട്രീയ കവിത. പി. എൻ ഗോപീകൃഷ്ണൻ)

ഗോമാംസം എന്ന രാഷ്ട്രീയ ഭക്ഷണം

അജു കെ നാരായണൻ/ചെറി ജേക്കബ് കെ

ഞാൻ ഇങ്ങനെ പറയുന്നതു കൊണ്ടു നിങ്ങൾ അത്ഭുതപ്പെട്ടേക്കാം. ബീഫ് കഴിക്കാത്തയാൾ നല്ല ഹിന്ദുവല്ല.

സ്വാമി വിവേകാനന്ദൻ

(*വിവേകാനന്ദന്റെ സമ്പൂർണ്ണകൃതികൾ*, മൂന്നാം വാല്യം, പേജ് 536)

പശു, കാള, പോത്ത്, എരുമ എന്നീ നാല്ക്കാലികളുടെ ഇറച്ചി എന്നയർത്ഥത്തിൽ പൊതുവേ പ്രയോഗിച്ചുവരുന്ന 'ബീഫി'നു മനുഷ്യരുടെ ഭക്ഷണചരിത്രത്തിൽ സുപ്രധാനവും സവിശേഷവുമായ സ്ഥാനമാണുള്ളത്. എന്നാൽ ഈ ചരിത്രത്തെ അപ്പാടെ തള്ളിക്കളഞ്ഞുകൊണ്ടാണ് ഭാരതീയർ സസ്യഭുക്കുകളായിരുന്നുവെന്ന കല്പിതചരിത്രം നിർമ്മിക്കാൻ ചിലർ ശ്രമിക്കുന്നത്. വെജിറ്റേറിയൻ ഭക്ഷണം മഹനീയവും ശുദ്ധവുമാണെന്ന ധാരണകളെ ആശ്ലേഷിച്ചുകൊണ്ട് സുവർണ്ണവും സവർണ്ണവുമായ ഒരു ഗതകാലത്തെ മെനഞ്ഞെടുക്കുന്നതിന്റെ ഭാഗമാണ് ഇത്തരം നീക്കങ്ങൾ. ഈ 'വെജിറ്റേറിയൻ ചരിത്രനിർമ്മിതി'ക്കു പിന്നിൽ സുനിശ്ചിതമായ രാഷ്ട്രീയലക്ഷ്യങ്ങളുണ്ടെന്നു സാരം. ഇങ്ങനെ വരുമ്പോൾ മാട്ടിറച്ചി അഥവാ ബീഫ് എന്നത് ഒരു മാംസഭക്ഷണം മാത്രമല്ല രാഷ്ട്രീയഭക്ഷണം' കൂടിയാവുന്നു.

മിത്ത്, ചരിത്രം, ബീഫ്

പൗരാണികഭാരതത്തിലെ മനുഷ്യർ സസ്യഭുക്കുകൾ (Vegetarians) ആയിരുന്നുവെന്ന വാദം അടിസ്ഥാനരഹിതമാണ്. ബ്രാഹ്മണർ ഉൾപ്പെടെ, ഏതാണ്ടെല്ലാ ജനവിഭാഗങ്ങളും മാംസഭുക്കുകളോ മിശ്രഭുക്കുകളോ ആയിരുന്നുവെന്നു ചരിത്രം സാക്ഷ്യപ്പെടുത്തുന്നു. മനുഷ്യരുടെ വി

കാസപരിണാമഗതിയിലെ ഒരു സുപ്രധാനഘട്ടമാണ് ഇടയജീവിതഘട്ടം. മനുഷ്യർ കന്നുകാലികളെ മേച്ചുനടന്നിരുന്ന ഈ കാലഘട്ടത്തിൽ മാട്ടിറച്ചി അവരുടെ സ്ഥിരഭക്ഷണമായി മാറിയിരുന്നുവെന്നു ചരിത്രകാരനായ ആർ എസ് ശർമ്മ *പ്രാചീനഭാരതം* എന്ന ഗ്രന്ഥത്തിൽ രേഖപ്പെടുത്തുന്നുണ്ട്. വേദകാലഘട്ടത്തിൽത്തന്നെ ബീഫ് ഒരു പ്രധാന ഭക്ഷണമായിരുന്നുവെന്നു സാരം. ഇന്ദ്രദേവനു കാളയുടെ ഇറച്ചിയും അഗ്നിദേവനു പശു, കാള എന്നിവയുടെ ഇറച്ചിയും പ്രിയങ്കരമായിരുന്നുവെന്നു വേദങ്ങൾ സാക്ഷ്യപ്പെടുത്തുന്നു. പ്രസിദ്ധ പണ്ഡിതനായ ഡി എൻ ഝാ എഴുതിയ *ഹോളി കൗ: ബീഫ് ഇൻ ഇന്ത്യൻ ഡയറ്ററി ട്രഡീഷൻ* എന്ന പുസ്തകത്തിൽ ഇതിന്റെ സൂക്ഷ്മവിവരണങ്ങൾ കാണാം. എത്ര കന്നുകാലികൾ ഒരാൾക്കു കൈമുതലായുണ്ട് എന്നതിന്റെ അടിസ്ഥാനത്തിലായിരുന്നു അന്നു സമ്പന്നത നിർണ്ണയിക്കപ്പെട്ടിരുന്നത്.

ബ്രാഹ്മണർക്കു ധാന്യങ്ങളും മാട്ടിറച്ചിയും നല്കിപ്പോന്നതുകൊണ്ടാണു രന്തീദേവനു പ്രസിദ്ധി വർദ്ധിച്ചതെന്നു *മഹാഭാരത*ത്തിൽ കാണാം. *തൈത്തിരീയബ്രാഹ്മണ*ത്തിൽ പശു തീർച്ചയായും ഒരു ഭക്ഷണമാണെന്നു രേഖപ്പെടുത്തിയിട്ടുണ്ട്- അഥോ അന്നം വയാഗായ്. യാജ്ഞവൽക്യന് ഇളംപശുവിന്റെ മാംസം ഇഷ്ടമായിരുന്നുവെന്ന കാര്യം ചരിത്രത്തിൽ വിഖ്യാതമാണ്. *ചരകസംഹിത*യിൽ ഗോമാംസം സൂപ്പാക്കി ഭക്ഷിക്കുന്നതിനെപ്പറ്റി പറയുന്നുണ്ട്. ചില രോഗങ്ങൾക്കുള്ള ഔഷധമായി ഗോമാംസത്തെ വിധിക്കുന്നുമുണ്ട്.

ആര്യന്മാരുടെ വരവോടെയാണു ഭാരതത്തിൽ വെജിറ്റേറിയൻ ഭക്ഷണസമ്പ്രദായം രൂപീകൃതമാവുന്നതെന്ന തെറ്റിദ്ധാരണ വർത്തമാനകാലസമൂഹത്തിൽ നിലനില്ക്കുന്നു. യഥാർത്ഥത്തിൽ ബുദ്ധ-ജൈനമതക്കാരായിരുന്നു വെജിറ്റേറിയൻ ഭക്ഷണസമ്പ്രദായത്തിന്റെ പ്രായോജകർ. അഹിംസാവാദിയും മൃഗക്ഷേമതല്പരനുമായിരുന്ന ശ്രീബുദ്ധൻ മൃഗഹിംസയെ എതിർത്തിരുന്നു. പിന്നീടൊരു ഘട്ടത്തിൽ ബ്രാഹ്മണിസം ബുദ്ധമതത്തെ നിഷ്കാസനം ചെയ്തു. ബുദ്ധമതത്തിന്റെ ആശയാവലികളെ ബ്രാഹ്മണിസം അട്ടിമറിക്കാൻ ശ്രമിച്ചു അട്ടിമറിക്കു വഴങ്ങാത്തവയെ സ്വംശീകരിക്കുകയോ വിഴുങ്ങുകയോ ചെയ്തു.

ഇപ്രകാരം വിഴുങ്ങേണ്ടിവന്ന അഥവാ ബ്രാഹ്മണമതത്തിനു പ്രച്ഛന്നമായി സ്വീകരിക്കേണ്ടിവന്ന ബുദ്ധമതാശയമായിരുന്നു മൃഗ-അഹിംസ. പരമമായ കാരുണ്യത്തിന്റെയും യുക്തിയുടെയും അടിസ്ഥാനത്തിലായിരുന്നു മൃഗ-അഹിംസാവാദം ബുദ്ധമതം കൈയാളിയിരുന്നതെങ്കിൽ ബ്രാഹ്മണപ്രത്യയശാസ്ത്രം ഈ അഹിംസാവാദത്തെ ഏറ്റെടുത്തതു കേവല സങ്കുചിതാർത്ഥത്തിലും പ്രതീകാത്മകവുമായാണ്. ഇതിന്റെ വെളിപ്പെടലാണു മഹാരാഷ്ട്രയിലെ ഗോവധനിരോധനം. പശുവിനെ വധിക്കുന്നതു മാത്രമാണു കുറ്റകരം. കാളയ്ക്കോ പോത്തിനോ എരുമയ്ക്കോ ഈ നിരോധം ബാധകമല്ലത്രെ. ഭാരതീയരുടെ മാട്ടിറച്ചിഭക്ഷണത്തിന്റെ ചരിത്രം ഖനനത്തിലൂടെ പുരാവസ്തുവകുപ്പ് പുറത്തുകൊണ്ടുവന്നിട്ടുണ്ട്. ബുലന്ത് ഷെഹർ ജില്ലയിലെ ലാൽ ഖിലയിൽ നടത്തിയ ഖനനത്തിലെ ഒരു തിരിച്ചറിവ് വേദകാലഘട്ടത്തിലെ സ്ഥിരഭക്ഷണമായിരുന്നു

മാട്ടിറച്ചിയെന്നാണ്. ഇതിന്റെ വിശദവിവരങ്ങൾ ആർക്കിയോളജിക്കൽ സർവ്വേ ഓഫ് ഇന്ത്യയുടെ ഡയറക്ടർ ജനറലായിരുന്ന ബി ബി ലാൽ എഡിറ്റു ചെയ്തു പ്രസിദ്ധീകരിച്ച *ഇന്ത്യൻ ആർക്കിയോളജി 1967–70 എ റിവ്യൂ*വിലുണ്ട്. ഇതുപോലെ പ്രസിദ്ധീകരിക്കപ്പെട്ട *1961–62 ലെ റിവ്യൂ*വിൽ ഉദയ്പൂർ ജില്ലയിൽ നടന്ന ഖനനത്തിന്റെ വിശദാംശങ്ങൾ അടങ്ങിയിരിക്കുന്നു. അതിലും വേദകാലഘട്ടത്തിലെ മാട്ടിറച്ചിഭക്ഷണത്തിന്റെ സൂചനകൾ കാണാം. ഗോറഖ്പൂർ, കുർനൂലിലെ രാമപുരം, ഗുണ്ടൂരിലെ ഗണ്ടല്ലൂർ, ശിഖർ ജില്ലയിലെ ഗണേശ്വരം, അഹമ്മദ് നഗറിലെ ദായ്മാബാദ് തുടങ്ങിയ ഇടങ്ങളിൽ നടന്ന വിവിധ പുരാഖനനങ്ങളിൽ ഭാരതീയരുടെ ബീഫ് പ്രിയത്വവും അതിന്റെ പാരമ്പര്യവും ഉരുക്കഴിക്കപ്പെടുന്നു.

കെ ടി അചയ രചിച്ച *ഇന്ത്യൻ ഫുഡ് എ ഹിസ്റ്റോറിക്കൽ കമ്പാനിയൻ* എന്ന പുസ്തകത്തിൽ ബി സി 1500 ലെ സംഘകാല ജനതയ്ക്കു മാട്ടിറച്ചി ഇഷ്ടവിഭവമായിരുന്നുവെന്നു ചൂണ്ടിക്കാട്ടുന്നു. സംഘം കവിയായ കപിലരുടെ പല പാട്ടുകളിലും ജനതയുടെ മാംസഭക്ഷണപ്രിയത്വം അവതരിപ്പിക്കുന്നുണ്ട്.

ഭാരതീയ പാരമ്പര്യത്തിനും ബ്രാഹ്മണഹൈന്ദവതയ്ക്കും മാട്ടിറച്ചിയോടുണ്ടായിരുന്ന അഭികാമ്യതയുടെ തുടർച്ചതന്നെയാണു സ്വാമി വിവേകാനന്ദനിലും കാണുന്നത്. വിവേകാനന്ദൻ ഇപ്രകാരം എഴുതുന്നു:

"ഞാൻ ഇങ്ങനെ പറയുന്നതുകൊണ്ടു നിങ്ങൾ അത്ഭുതപ്പെട്ടേക്കാം. ബീഫ് കഴിക്കാത്തയാൾ നല്ല ഹിന്ദുവല്ല." (*വിവേകാനന്ദന്റെ സമ്പൂർണ്ണ കൃതികൾ*, മൂന്നാം വാല്യം, പേജ് 536) മാട്ടിറച്ചി ഭക്ഷിക്കാതെ ഒരു ബ്രാഹ്മണനു ബ്രാഹ്മണനായി ജീവിക്കാൻ കഴിയാത്ത അവസ്ഥ ഇന്ത്യയിലുണ്ടായിരുന്നുവെന്നും അദ്ദേഹം സൂചിപ്പിക്കുന്നുണ്ട് (പേജ് 174).

സൗരഭ്യവാസനയായ ദഹനയാഗം

ബീഫിനോടുണ്ടായിരുന്ന മനുഷ്യരുടെ അമിതതാല്പര്യം കൊണ്ടാവണം ആചാര്യാനുഷ്ഠനങ്ങളിലും അതിനു സ്ഥാനം കൈവന്നത്. മനുഷ്യർക്കു പ്രിയങ്കരമായതാണ് അവർ തങ്ങളുടെ ദൈവങ്ങൾക്കു നല്കുക. ചരിത്രത്തിൽ ഇന്നോളം ഓരോ ജനസമൂഹവും തങ്ങളുടെ പ്രിയദൈവങ്ങൾക്ക് അർപ്പിച്ചുപോരുന്ന വഴിപാടു വസ്തുക്കളെയും നിവേദ്യങ്ങളെയും സൂക്ഷ്മമായി അപഗ്രഥിച്ചാൽ ഇക്കാര്യം ബോദ്ധ്യപ്പെടും. കള്ളും ഇറച്ചിയും പ്രിയങ്കരമാവുന്ന ഒരു സമുദായത്തിൽ അവയാകും പ്രധാന നിവേദ്യങ്ങൾ. ആചാരപരമായ മൃഗബലിയെ ഈയർത്ഥത്തിൽ നോക്കിക്കാണാവുന്നതാണ്. ബലി എന്നതു ദൈവത്തിനുള്ള ഭക്ഷണമാണ്. *ബൈബിളിലെ* ഉല്പത്തി പുസ്തകത്തിൽ ഇങ്ങനെ വായിക്കാം.

> ഹാബെൽ ആട്ടിടയനും കായീൻ കൃഷിക്കാരനും ആയിത്തീർന്നു. കുറേക്കാലം കഴിഞ്ഞിട്ട് കായീൻ നിലത്തെ അനുഭവത്തിൽ നിന്നു

> യഹോവയ്ക്ക് ഒരു വഴിപാട് കൊണ്ടുവന്നു. ഹാബെലും ആട്ടിൻകൂട്ടത്തിലെ കടിഞ്ഞൂലുകളിൽനിന്ന്, അവയുടെ മേദസ്സിൽനിന്നുതന്നെ, ഒരു വഴിപാടു കൊണ്ടുവന്നു. യഹോവ ഹാബെലിലും അവന്റെ വഴിപാടിലും പ്രസാദിച്ചു. കായീനിലും അവന്റെ വഴിപാടിലും പ്രസാദിച്ചില്ല (ഡ. 25).

ദൈവത്തിന് ഇറച്ചിയോടുള്ള ഹരം വെളിപ്പെടുത്തുന്ന മറ്റൊരു ബൈബിൾ സന്ദർഭം നോക്കുക:

> യഹോവ സമാഗമന കൂടാരത്തിൽവെച്ചു മോശയെ വിളിച്ച് അവനോട് അരുളിചെയ്തു. നീ ഇസ്രയേൽ മക്കളോടു സംസാരിച്ച് അവരോടു പറയേണ്ടത് എന്തെന്നാൽ നിങ്ങളിൽ ആരെങ്കിലും യഹോവയ്ക്കു വഴിപാടു കഴിക്കുന്നുവെങ്കിൽ കന്നുകാലികളോ ആടുകളോ ആയ മൃഗങ്ങളെ വഴിപാടു കഴിക്കണം... അത് യഹോവയ്ക്ക് സൗരഭ്യവാസനയായ ദഹനയാഗം (ലേവ്യപുസ്തകം -10).

ഈ മിത്തും ചരിത്രവുമെല്ലാം സൂചിപ്പിക്കുന്നത് ഇന്ത്യയിൽ അധിവസിക്കുന്ന ഹിന്ദു, ക്രൈസ്തവ, ഇസ്ലാം, ജൂതസമൂഹങ്ങളെല്ലാം മാട്ടിറച്ചി ഭക്ഷിച്ചിരുന്നു/ഭക്ഷിക്കുന്നു എന്നാണ്. സിക്കുമതഗ്രന്ഥങ്ങളിലും ഗോമാംസം ഒരു നിഷിദ്ധവസ്തുവല്ല. ആദിവാസി വിഭാഗങ്ങൾക്കും മാട്ടിറച്ചി പ്രിയങ്കരം തന്നെ. ഈ യാഥാർത്ഥ്യത്തെ ബോധപൂർവ്വം നിഷേധിച്ചുകൊണ്ടാണ് ഓരോ സംസ്ഥാനങ്ങളിലായി ഗോമാംസനിരോധനം പുനരുത്ഥാനവാദക്കാർ (revivalists) നടപ്പിലാക്കിക്കൊണ്ടിരിക്കുന്നത്.

ഇക്കൂട്ടർ ആധുനിക ഇന്ത്യയെ പരികല്പിക്കുന്നതുതന്നെ ആർഷഭാരതം എന്ന സവർണ്ണവും ഹൈന്ദവവുമായ ഒരു മിത്തിക്കൽ ഇടത്തെ പുനരാനയിച്ചുകൊണ്ടാണ്. ആർഷഭാരതം സംശുദ്ധവും സ്വർഗ്ഗതുല്യവുമായ കാല-സ്ഥലമായിരുന്നുവെന്ന് ഇവർ വാദിക്കുന്നു. ആധുനിക ഇന്ത്യയുടെ പരിമിതികളെ മറികടക്കാൻ ആർഷഭാരതസംസ്കാരത്തിലേക്കു തിരിച്ചുപോകണമെന്നുവരെ വാദം നീളുന്നു.

ഇത്തരം വാദമുഖങ്ങളുടെ പ്രതിഫലനമെന്ന നിലയിലാണ് മഹാരാഷ്ട്രയിൽ ഗോമാംസം നിരോധിച്ചുകൊണ്ടുള്ള നിയമം കഴിഞ്ഞമാസം നടപ്പിലാക്കിയത്. പശു വിശുദ്ധമൃഗമാണെന്നും ഹൈന്ദവപുരാണത്തിൽ അതിനു മഹനീയമായ സ്ഥാനമാണുള്ളതെന്നും ആർഷഭാരതത്തിൽ ആരും ഗോമാംസം ഭക്ഷിച്ചിട്ടില്ലെന്നും മറ്റുമുള്ള നിർമ്മിതയുക്തികളാണ് പുനരുത്ഥാനവാദക്കാർക്കു പറയാനുള്ളത്. ഈ യുക്തികളുടെ പൊള്ളത്തരം തുറന്നുകാട്ടാനാണ് ഭാരതീയരുടെ മാട്ടിറച്ചിപ്രിയത്വത്തിന്റെ ചരിത്രം ഇവിടെ സംക്ഷേപിച്ചത്. യഥാർത്ഥചരിത്രം ഇതായിരുന്നിട്ടും എന്തുകൊണ്ടാവാം ഭക്ഷണസംസ്കാരത്തിന്റെ മേശപ്പുറത്തുനിന്ന് പലതിനേയും ഒഴിവാക്കുന്നത്? ഇവിടെയാണ് പാരമ്പര്യസൃഷ്ടി (Invention of tradition), ഭാവനാത്മക സമൂഹം (imagined community), ആധുനിക ദേശരാഷ്ട്രം (modern nation state) എന്നീ പരികല്പനകളുടെ പ്രസക്തി.

പാരമ്പര്യവും ദേശരാഷ്ട്രവും

ഭാരതം എന്നതു പൗരാണികമായ ഒരു ദേശസങ്കല്പമാണ്. ആർഷഭാരതം, ഭാരതക്ഷേത്രം, കർമ്മഭൂമി, പുണ്യഭൂമി തുടങ്ങിയ വ്യവഹാരങ്ങളിലൂടെ ഒരു 'അഖണ്ഡഭാരത' സങ്കല്പം നിർമ്മിക്കപ്പെട്ടു. അതുവഴി ഇന്ത്യയ്ക്ക് ഒരു 'അഖണ്ഡമായ ആത്മാവ്' പരികല്പിക്കപ്പെടുകയും ചെയ്തു. അഖണ്ഡമായ ഇന്ത്യൻ ആത്മാവ് എന്ന സങ്കല്പം പ്രാദേശികമായ ജീവിതവ്യവഹാരങ്ങളുടെ ബഹുസ്വരതകളെ(Polyphony)യും ബഹുമുഖതകളെ (polyhedron)യും നിഷേധിക്കുകയോ നിരസിക്കുകയോ ചെയ്യുന്നു. ഇന്ത്യ എന്ന ദേശരാഷ്ട്ര (nation-state)ത്തിന്റെ രൂപീകരണത്തിനു വളരെ മുമ്പേതന്നെ 'ഭാരതക്ഷേത്രം' എന്ന പരികല്പന രൂപീകൃതമായിരുന്നു. അതാവട്ടെ ഹൈന്ദവമായ ആത്മീയവീക്ഷണങ്ങൾ കൊണ്ടു നിർമ്മിക്കപ്പെട്ടതാണ്.

ഭാരതം അല്ല ഇന്ത്യ. ഇന്ത്യ എന്നതു ആധുനികമായി നിർമ്മിച്ചെടുത്ത ദേശരാഷ്ട്രമാണ്. അതും ഒരു ഭാവനാത്മകസമൂഹം (imagined community) ആണ്. തെരഞ്ഞെടുത്ത സാംസ്കാരിക രൂപങ്ങളെയും സംസ്കാരപ്രക്രിയകളെയും ലാവണ്യസങ്കല്പങ്ങളെയും മുൻനിർത്തിക്കൊണ്ടാണ് ഇവിടെ സാമൂഹ്യനിർമ്മിതി സാദ്ധ്യമാകുന്നത്. എറിക് ഹോബ്സ് ബോം പറയുന്നതുപോലെ പാരമ്പര്യത്തിനുവേണ്ടി നിർമ്മിച്ചെടുത്ത ഭൂതകാലം കലാപരമായി ദൈർഘ്യമില്ലാത്തതാണ്. അതിനാൽത്തന്നെ സാംസ്കാരികമായി വേരുകളില്ലാത്തതുമാണ്. ഇങ്ങനെ ഉപയോഗിക്കപ്പെടുന്ന വിവിധതരം ചിഹ്നങ്ങളാണ് ദേശീയപതാക, സെറ്റും മുണ്ടും, ദേശീയഗാനം, ഭരതനാട്യം, വെജിറ്റേറിയനിസം തുടങ്ങിയവ.

രാഷ്ട്രനിർമ്മിതിയുടെ ഭാഗമായ തിരഞ്ഞെടുപ്പിൽ പുറത്തുപോകുന്നതു ബഹുഭൂരിപക്ഷം വരുന്ന സാധാരണജനങ്ങളും അവരുടെ ലോകവീക്ഷണങ്ങളും ഭക്ഷണമടക്കമുള്ള അവരുടെ ഇച്ഛകളുമാണ്. എന്തുകൊണ്ടാണു ഭരതനാട്യം ദേശീയനൃത്തരൂപമായി വാഴ്ത്തപ്പെടുന്നതെന്നും ഇരുളനൃത്തം വെള്ളിവെളിച്ചത്തിൽ എത്തപ്പെടാതെ പോകുന്നതെന്നും ആലോചിച്ചുനോക്കുക. ഇതിനു സമാനമായ 'ഥാലി' എന്ന ഭക്ഷണവട്ടത്തിന്റെ പരികല്പന. ഭാരതീയ പാരമ്പര്യഭക്ഷണം എന്ന നിലയിൽ വൻകിട ഹോട്ടലുകളിൽവരെ വിളമ്പുന്ന ഥാലി എന്ന ഭക്ഷണപാത്രത്തിൽ എന്തുകൊണ്ടാണ് മാട്ടിറച്ചി ഇല്ലാതെ പോകുന്നത്? പൗരാണിക ഭാരതം മുതൽ ആധുനിക ഇന്ത്യവരെയുള്ള ഭക്ഷണപാരമ്പര്യം വെജിറ്റേറിയനാണെന്നു വരുത്തിത്തീർക്കാനുള്ള അരുചികരമായ നീക്കമാണത്.

രാഷ്ട്രത്തിന് ആത്മാവുണ്ടെന്നും രാഷ്ട്രമെന്നതുതന്നെ ഒരു ആത്മീയതത്ത്വമാണെന്നും ഏണസ്റ്റ് റെനൻ എന്ന ഫ്രെഞ്ച് സാമൂഹ്യ ശാസ്ത്രജ്ഞൻ അഭിപ്രായപ്പെടുന്നു. ഈ തത്ത്വം ഭൂതകാലത്തിലേക്കും വർത്തമാനകാലത്തിലേക്കും നീണ്ടുനില്ക്കുന്ന ഒരു ദ്വന്ദ്വമാണത്രെ. പൊതുവായ സ്മരണകളുടെ ധന്യമായ പാരമ്പര്യമായാണ് ഭൂതകാലത്തെ

അദ്ദേഹം പരികല്പിക്കുന്നത്. ഒരുമിച്ചു ജീവിക്കാനായി എല്ലാവരും ചേർന്ന് ഒരുമിച്ചെടുക്കുന്ന തീരുമാനമാണു വർത്തമാനം. ഇങ്ങനെ ഭൂത വർത്തമാനങ്ങളിലൂടെ രൂപപ്പെട്ടുവരുന്ന രാഷ്ട്രം എന്ന ആശയം ഭൂതകാലത്തിലെ പൊതുവായ മഹത്വങ്ങളെയും വർത്തമാനകാലത്തിലെ പൊതുവായ ആഗ്രഹങ്ങളെയും എടുത്തുകാട്ടുന്നു. പ്രാചീന സ്പാർട്ടയിലെ ഒരു പാട്ടിനെ രാഷ്ട്രസങ്കല്പത്തിന്റെ സംക്ഷിപ്ത സ്തുതിഗീതമായി അദ്ദേഹം വരച്ചുകാട്ടുകയും ചെയ്യുന്നു: "We are what you were.. we will be what you are" എന്നാൽ, ഇന്ത്യ എന്ന ദേശരാഷ്ട്രത്തെ നിർമ്മിച്ചെടുക്കുമ്പോൾ പൊതുവായ എല്ലാ ഭൂതകാലമഹത്വങ്ങളെയും വർത്തമാനകാലത്തിലെ പൊതുവായ എല്ലാ ആഗ്രഹങ്ങളെയും അധീശ/അധികാര വർഗ്ഗം അഭിസംബോധന ചെയ്യുന്നില്ല എന്നു തിരിച്ചറിയണം. ഇതു നിയമനിർമ്മാണത്തിലും നമുക്കു ദർശിക്കാം

പശു എന്ന വിശുദ്ധ മൃഗം

ദേശീയവാദം രാഷ്ട്രത്തെ എങ്ങനെ നിർവ്വചിക്കുന്നുവെന്നതിനെ സംബന്ധിച്ച യേലി കെഡൂറിയുടെ അഭിപ്രായം ഇത്തരുണത്തിൽ പ്രസക്തമാണ്. മനുഷ്യവംശത്തെ രാഷ്ട്രങ്ങളായി വിഭജിച്ചു പരികല്പിക്കാമെന്നും ഓരോ രാഷ്ട്രത്തിനും അതിന്റേതായ ചില സവിശേഷതകൾ ഉണ്ടെന്നു തിരിച്ചറിയാനാവുമെന്നും യൂറോപ്യൻ നാഷണലിസം വാദിക്കുന്നു. ഈ മാതൃക ലോകമെമ്പാടും സ്വീകരിക്കപ്പെട്ടതാണ്. രാഷ്ട്രത്തിന്റെ സവിശേഷതകൾ തിരിച്ചറിഞ്ഞുകഴിഞ്ഞാൽ ഫലപ്രദമായ സ്വയംഭരണം സാദ്ധ്യമാണെന്നും ഈ രാഷ്ട്ര മാതൃക പറഞ്ഞുവെക്കുന്നുണ്ട്. ഭരണമാനദണ്ഡങ്ങൾ എല്ലാ ജനക്കൂട്ടായ്മകളുടെയും താല്പര്യങ്ങളെ ഉൾക്കൊള്ളുന്നുവെന്ന് ദേശീയവാദം കപടമായി നടിക്കുന്നു. എന്നാൽ ഒരു രാഷ്ട്രം നിർമ്മിക്കുന്ന നിയമാവലികൾ പലപ്പോഴും ചരിത്രത്തോടു വൈരുദ്ധ്യാത്മകബന്ധമാണു പുലർത്തുന്നത്. ഈ നിയമാവലികൾ ചില കൂട്ടായ്മകളെ അപരവല്ക്കരിക്കുകയോ അദൃശ്യവല്ക്കരിക്കുകയോ ചെയ്യും. രാഷ്ട്രത്തിന്റെ ഭരണക്രമം സൃഷ്ടിക്കുന്ന നിയമങ്ങൾ ഒത്തുപൊരുത്തമില്ലാത്ത ഒരു ഭൗതികാതീതവ്യവസ്ഥ (metaphysical stystem) യുടെ അവശിഷ്ടമാണെന്നാണു കെഡൂറി പറയുന്നത്. *ബഫലോ നാഷണലിസം* എന്ന കൃതിയിലെ 'കൗ ആന്റ് കൾച്ചർ' എന്ന ലേഖനത്തിൽ കാഞ്ച ഇളയ്യ മുന്നോട്ടുവെയ്ക്കുന്ന ചോദ്യം ഈ സന്ദർഭത്തിൽ വീണ്ടും ശ്രദ്ധേയമാകുന്നു. "എന്തുകൊണ്ടാണ് ഡയറക്ടീവ് പ്രിൻസിപ്പിൾസ് ഓഫ് സ്റ്റേറ്റ് പോളിസി പ്രകാരം സംരക്ഷിക്കപ്പെടുന്ന ഏകമൃഗം പശുവാകുന്നത്?"

വിശുദ്ധമൃഗം എന്ന സങ്കല്പത്തിലേക്കാണ് ഇത്തരം നിയമനിർമ്മാണങ്ങൾ നമ്മെ നയിക്കുന്നത്. *ദ സേക്രഡ് ആന്റ് ദ പ്രൊഫേൻ* എന്ന പഠനത്തിൽ ക്ലോദ് ലെവിസ്ട്രോസ് 'ബ്രികൊളാഷ്' എന്നൊരു ചിന്താമാതൃകയെപ്പറ്റി പറയുന്നുണ്ട്. ആദിമസംസ്കാരങ്ങൾ തങ്ങൾക്കു ചുറ്റു

മുള്ള ഭൗതികവസ്തുക്കൾകൊണ്ട് തൽക്ഷണം ചില നൈതികതകൾ നിർമ്മിച്ചെടുക്കും. തങ്ങളുടെ സംസ്കാരം എന്തായിരിക്കണമെന്നു നിർവ്വചിക്കുന്ന സന്ദർഭമാണിത്. ഇവിടെ സംസ്കാരവിഭാഗങ്ങളെ വിവരിക്കാൻ പ്രകൃതിയിലുള്ള വസ്തുക്കളെ ഉപയോഗപ്പെടുത്തുകയാണു ചെയ്യുന്നത്. ഈ സന്ദർഭത്തിലാണു വിശുദ്ധമൃഗം ഒരു കുലചിഹ്നമൃഗം (Totem animal) ആയി മാറുന്നത്. എന്നാൽ ആദിമകാലത്തിൽനിന്നു വളരെ ഭിന്നമാണു സമകാലിക സാഹചര്യം. ബഹുസംസ്കൃതികളെയെല്ലാം ഇന്ന് ഒരേപോലെ അഭിസംബോധന ചെയ്യേണ്ടിവരുന്നു. അതിനാൽത്തന്നെ കുലചിഹ്നങ്ങൾക്ക് ജനാധിപത്യ രാഷ്ട്രവ്യവസ്ഥയിൽ പ്രസക്തിയില്ല. പക്ഷേ, കുലചിഹ്നങ്ങൾ നിർമ്മിച്ചെടുക്കാനാണ് പുനരുത്ഥാനവാദികളുടെ ശ്രമം. ഇതിന്റെ ഭാഗമായാണ് പശുവിനെ കുലചിഹ്നമൃഗമായി അവരോധിക്കുന്നതും. കുലചിഹ്നത്തിനു വിശുദ്ധിയും പവിത്രതയും കല്പിക്കേണ്ടതുണ്ട്. ഇതിനായാണ് ശ്രീകൃഷ്ണനിലേക്കും മഹാഭാരതാദി ഇതിഹാസപുരാണങ്ങളിലേക്കും പശുവിനെ മാറ്റിമാറ്റിക്കെട്ടുന്നത്. കുലചിഹ്നമൃഗത്തിന് അതീതവും അതിഭൗതികവുമായ സ്വഭാവസവിശേഷതകൾ ആരോപിച്ച് നിലനിർത്താൻ ഇതിനെ മറ്റുള്ളവയിൽ/മറ്റുള്ളവരിൽ നിന്ന് അന്യമാക്കി നിർത്തേണ്ടതുണ്ട്. അതായത് കാള, പോത്ത്, എരുമ തുടങ്ങിയ കന്നുകാലിവർഗ്ഗത്തിൽ നിന്ന് അതിനെ വേർപെടുത്തണം. കൂടാതെ പൊതുസമൂഹത്തിന് അതു നിഷിദ്ധ(taboo)മായിരിക്കുകയും വേണം. ഈ ഇരട്ടലക്ഷ്യങ്ങളെ ഒന്നിച്ചു സാക്ഷാത്ക്കരിക്കുകയാണു ഗോമാംസ നിരോധനനിയമം.

റൊളാങ് ബാർത്ത് കുലചിഹ്നഭക്ഷണ (totern food)ത്തെപ്പറ്റി *മിത്തോളജീസ്* എന്ന ഗ്രന്ഥത്തിൽ ചില നിരീക്ഷണങ്ങൾ അവതരിപ്പിച്ചിട്ടുണ്ട്. ആഗോളവല്ക്കരണത്തോടുള്ള പ്രതിരോധം എന്ന നിലയിലാണ് അദ്ദേഹം കുലചിഹ്നഭക്ഷണത്തെ വിലയിരുത്തുന്നത്. യൂറോ-അമേരിക്കൻ ഭക്ഷണങ്ങൾ ലോകമെമ്പാടും നാണയപ്പെടുമ്പോൾ ചെറുചെറു സമൂഹങ്ങളുടെ പാരമ്പര്യഭക്ഷണങ്ങൾ എന്നെന്നേക്കുമായി നാടുനീങ്ങുന്നുവെന്ന കദനാവസ്ഥയെ ചെറുക്കാനുള്ള രാഷ്ട്രീയ നീക്കമായാണ് കുലചിഹ്നഭക്ഷണം എന്ന ആശയം അദ്ദേഹം അവതരിപ്പിക്കുന്നത്. വംശസ്വത്വത്തിന്റെ ഇല്ലാതാക്കലിനെ തടയുവാനായി ഭക്ഷണമടക്കമുള്ള ഭൗതികവസ്തുക്കൾക്ക് ചിഹ്നപരമായ അർത്ഥം നല്കുകയാണിവിടെ. 'മൂർത്തതയുടെ യുക്തി' (the logic of the concrete) എന്ന ലെവിസ്ട്രോസിയൻ സങ്കല്പം കടമെടുത്തുകൊണ്ട് ബാർത്ത് നടത്തുന്ന ഈ സാംസ്കാരിക ഇടപെടലിന്റെ വിരോധാഭാസപരമായി അട്ടിമറിയോ ഹൈജാക്കിങ്ങോ ആണു സമകാലിക ഇന്ത്യൻ സാഹചര്യത്തിലെ പശുവിന്റെ ദൈവവല്ക്കരണവും ഗോമാംസനിരോധനവും.

ഇറച്ചിയില്ലാത്ത സെക്യുലറിസം

പുനരുത്ഥാനവാദവും സവർണ്ണഹൈന്ദവതയും പലമട്ടിൽ ഐക്യപ്പെട്ടാണു പോകുന്നത്. അപരങ്ങളെ സൃഷ്ടിച്ചുകൊണ്ടാണ് ജാതിഹിന്ദു

ക്കൾ തങ്ങളുടെ സ്വത്വത്തെ ഉറപ്പിച്ചെടുക്കുന്നത്. സനാതന ഹിന്ദു സമൂഹം സൃഷ്ടിക്കുന്ന അപരങ്ങളിലൊന്നാണ് മുസ്ലീം. ഇതിന്റെ അടയാളങ്ങൾ സാഹിത്യാദികലകളിലും ജനപ്രിയ സിനിമയടക്കമുള്ള വ്യവഹാരങ്ങളിലും കാണാം. സവർണ്ണഹിന്ദു നായകനായി വരുന്ന ജനപ്രിയ സിനിമകളിലെ വില്ലന്മാർ പൊതുവെ മുസ്ലീങ്ങളോ കറുത്തവരോ ആയിരിക്കും. മലയാള ജനപ്രിയ സിനിമാലോകത്ത് മുസ്ലീം കഥാപാത്രങ്ങളുടെ ചിത്രീകരണത്തിന്റെ ചരിത്രം പരിശോധിച്ചാൽ അതിൽ ചില ടൈപ്പു മാതൃകകൾ കാണാനാവും. അതിലൊന്നാണ് മാട്ടിറച്ചി വെട്ടുകാരനായ നെഗറ്റീവ് ഷേഡുള്ള മുസ്ലീം കഥാപാത്രങ്ങൾ.

ഇന്ത്യയിൽ മാട്ടിറച്ചി തയ്യാറാക്കുന്നവരിൽ ഭൂരിപക്ഷം പേരും ഒരുപക്ഷേ മുസ്ലീങ്ങളോ ദളിതരോ ആണ്. അവരുടെ ജീവിതവൃത്തിയെത്തന്നെ അധമവും ഹീനവുമായാണു പൊതുവെ മറ്റുള്ളവർ (ബീഫു കഴിക്കുന്നവർ പോലും) നോക്കിക്കാണുന്നത്. ഈ മനോഭാവത്തിന്റെ ഘനീഭവിച്ച സത്തയാണ് സർക്കാർ. ആ സർക്കാരിനു ഹൈന്ദവാഭിമുഖ്യം കൂടി ഉണ്ടാവുന്നതോടെ അതു മുസ്ലീം ദളിത് വിരുദ്ധതയും പ്രകടമാക്കുന്നു. മഹാരാഷ്ട്ര സർക്കാരിന്റെ ഗോവധനിരോധന നിയമത്തിനു പിന്നിൽ ഇമ്മട്ടിലുള്ള അപരബോധം കൂടി പ്രവർത്തിക്കുന്നുണ്ട്. അതൊരുപക്ഷേ രാഷ്ട്രീയഅബോധ (political unconsious) വുമാകാം.

അശുതോഷ് ഗവാരികൾ സംവിധാനം ചെയ്ത *ജോധാ അക്ബർ* (2008) എന്ന ഹിന്ദി സിനിമയിൽ അക്ബറിന്റെ 'സെക്യുലറിസ്റ്റ് മനോഭാവം അവതരിപ്പിക്കുന്ന ഒരു രംഗമുണ്ട്. അക്ബറിന്റെ പ്രണയിനിയായ ജോദ്ധാബായി രജപുത്രവംശജയാണ്. സസ്യഭുക്കായ അവൾ മുഗൾ അടുക്കളയിൽ സസ്യാഹാരം തയ്യാറാക്കുമ്പോൾ കൊട്ടാരമാകെ ക്ഷുഭിതമാവുന്നു. ഇറച്ചിയില്ലാതെ മുഗൾ ഭക്ഷണമോ? സ്വന്തക്കാരെ ആശ്വസിപ്പിച്ചുകൊണ്ട് അക്ബർ ആ സസ്യാഹാരം സന്തോഷത്തോടെ കഴിക്കുന്നു. ഇന്ത്യൻ സെക്യുലറിസമെന്നാൽ 'ഇറച്ചിയില്ലാത്ത സെക്യുലറിസം' എന്നല്ലേ ഇതു പറഞ്ഞുവയ്ക്കുന്നത്?

വാൽക്കഷണം

> 1529 ജനുവരി 11-ാം തീയതി മുഗൾ ചക്രവർത്തിയായ ബാബർ മകൻ ഹുമയൂണിനുവേണ്ടി എഴുതിയ വില്പത്രത്തിൽ (വസിയത്ത്) ഇപ്രകാരം പറഞ്ഞിരിക്കുന്നു. ഹൈന്ദവവികാരം വ്രണപ്പെടാതിരിക്കാൻ വേണ്ടി ഗോവധം ഒഴിവാക്കുക. അങ്ങനെയാണ് ഹിന്ദുസ്ഥാനിലെ ജനങ്ങളുടെ മനസ്സ് കീഴടക്കാൻ കഴിയുക! (S M Jaffar, 1936, The Mughal Empire from Babar to Aurangezeb, Archive. org).

(കടപ്പാട്: മലയാളം വാരിക, 2015 ഏപ്രിൽ 3)

ഗോവധനിരോധനം മുസ്ലീങ്ങളെയും ദളിതരെയും പട്ടിണിക്കിട്ട് കൊല്ലാൻ

കാഞ്ച ഇലയ്യ/സതീശ് സൂര്യ

ദലിത് ചിന്തകനും സാമൂഹ്യ പ്രവർത്തകനും ബഫലോ നേഷനലിസം, *വൈ ഐ ആം നോട്ട് എ ഹിന്ദു* മുതലായ പുസ്തകങ്ങളുടെ രചയിതാവുമായ കാഞ്ച ഇലയ്യ ഈയിടെ ഒരു പൊതുപരിപാടിയിൽ സംസാരിക്കാൻ കൊച്ചിയിലെത്തി. മോദി സർക്കാർ അധികാരത്തിൽ വന്ന ശേഷം സാംസ്കാരിക, സാമൂഹിക മണ്ഡലങ്ങളിലെ വർദ്ധിച്ച ഫാസിസ്റ്റ് ഇടപെടലുകളെക്കുറിച്ച് സമകാലിക മലയാളത്തോട് അദ്ദേഹം ദീർഘമായി സംസാരിക്കുകയുണ്ടായി. സംഭാഷണത്തിൽ നിന്നുള്ള പ്രസക്തഭാഗങ്ങൾ

സമകാലിക പ്രശ്നങ്ങളിൽ നിന്ന് തുടങ്ങാം. ബി ജെ പി അധികാരത്തിൽ വന്നതിനുശേഷം മതന്യൂനപക്ഷങ്ങൾക്ക് നേരെയുള്ള ആക്രമണങ്ങൾ വർദ്ധിച്ചുവരുന്നതായി കാണുന്നു. സംഘ്പരിവാർ സംഘടനകളുടെ സാംസ്കാരിക, സിവിൽ സൊസൈറ്റി തലത്തിലുള്ള ഇടപെടലുകളും വർദ്ധിച്ചുവരുന്നു. ഘർവാപസി, ഗോവധനിരോധനം എന്നിങ്ങനെ ശക്തമായി ദലിത് രാഷ്ട്രീയം പറയുന്നയാളെന്ന നിലയിൽ താങ്കൾ എങ്ങനെയാണ് ഈ സംഭവവികാസങ്ങളോട് പ്രതികരിക്കുന്നത്?

മോദിയുടെ വികസനരാഷ്ട്രീയത്തിന് ഇടങ്കോലിടുവാനാണ് ഹിന്ദുത്വശക്തികൾ ഈ ഇടപെടലുകളിലൂടെ യഥാർത്ഥത്തിൽ ശ്രമിച്ചുകൊണ്ടിരിക്കുന്നത് എന്നാണ് എന്റെ വിലയിരുത്തൽ. ആർ എസ് എസ് അടക്കമുള്ള ഹിന്ദുത്വശക്തികളും മോദി സർക്കാരും പരസ്പരം എതിരിടുന്ന സ്ഥിതിവിശേഷമാണ് ഇവ സൃഷ്ടിക്കുന്നത് എന്നും പറയാം. ഇത് വഴിയേ വിശദമാക്കാം.

എന്റെ കാഴ്ചപ്പാടിൽ ഹിന്ദുത്വ അജണ്ട് രണ്ട് വശങ്ങളുണ്ട്. ഒന്ന്

ബ്രാഹ്മണിക്കലായ രാഷ്ട്രീയ, സാമൂഹിക വ്യവസ്ഥയെ പ്രതിനിധാനം ചെയ്യുന്ന ആർ എസ് എസ് മേധാവി മോഹൻ ഭഗവതിന്റേതാണ്. മറ്റൊന്ന് പ്രധാനമന്ത്രി നരേന്ദ്രമോദി നയിക്കുന്ന ക്യാംപിൻേതും. ആർ എസ് എസ് രാഷ്ട്രീയവും മോഹൻ ഭഗവതും അതുപോലെയുള്ള സംഘ്പരിവാറിലെ ബ്രാഹ്മണിക്കൽ ഘടകങ്ങളും ശ്രമിക്കുന്നത് രാഷ്ട്രീയ, സാംസ്കാരിക വ്യവസ്ഥയിലൊരു കൂട്ടക്കുഴപ്പം സൃഷ്ടിക്കാനാണ്. ആവശ്യമെങ്കിൽ അതുവഴി രാജ്യത്ത് ഒരു ആഭ്യന്തരയുദ്ധത്തിനുതകുന്ന സാഹചര്യം സൃഷ്ടിക്കാനും. മോഹൻ ഭഗവത് തുടർച്ചയായി പറഞ്ഞുകൊണ്ടിരിക്കുന്നത്, ഇതാണ് നമ്മുടെ അജണ്ട നടപ്പാക്കാൻ പറ്റിയ ശരിയായ അവസരമെന്നാണ്. എന്താണ് ആ ശരിയായ സന്ദർഭം? ബി ജെ പിയാണ് സുഖപ്രദമായ ഭൂരിപക്ഷത്തോടുകൂടി അധികാരത്തിലിരിക്കുന്നത് എന്നതാണ് പ്രഥമവും പ്രധാനവുമായ ഒരു കാര്യം. വികസനമെന്ന മുദ്രാവാക്യമുന്നയിച്ചാണ് മോദി വോട്ടു സമാഹരിച്ചത്. അദ്ദേഹത്തിന്റെ ജാതിസ്വത്വം അഞ്ചുമുതൽ ആറുശതമാനം വരെ വോട്ടുകൾ ബി ജെ പിക്ക് നേടിക്കൊടുത്തിട്ടുണ്ട്. മോദി മോധ് ഗാഞ്ചി എന്ന വണിക ജാതിയിൽ പെടുന്നയാളാണ്. അതുകൊണ്ടുതന്നെയാണ് ബി ജെ പിക്ക് അധികാരത്തിൽ വരാനൊത്തതും. പക്ഷേ ബി ജെ പി അധികാരത്തിൽ വന്നപ്പോഴും ദലിതരുടെ പഴയ അവസ്ഥ തുടർന്നു. അവർക്കിടയിലെ തൊഴിലില്ലായ്മ, ഇംഗ്ലിഷ് ബോധന മാധ്യമമായുള്ള വിദ്യാഭ്യാസത്തിന്റെ അഭാവം തുടങ്ങിയവയൊക്കെ പഴയപോലെ തന്നെ.

അവരുടെ അജണ്ടയിലെ ഹിന്ദി വിദ്യാഭ്യാസം മതി എന്ന വാദഗതി നടപ്പാക്കിക്കൊണ്ടാണ് അവർ തുടങ്ങിവച്ചത്. കാരണം ക്രിസ്ത്യൻ വിശ്വാസത്തിലേക്ക് മാറിയ പിന്നാക്ക ജാതിക്കാരും ഒരു വിഭാഗം ദലിതരും ഇംഗ്ലീഷ് വിദ്യാഭ്യാസം ലഭിക്കുന്നവരാണ്. ഈ നിലയിൽ പോയാൽ തങ്ങളുടെ കൂടെ ആരും കാണില്ലെന്ന് ആർ എസ് എസ് മനസ്സിലാക്കുന്നു. ഇംഗ്ലീഷ് വിദ്യാഭ്യാസത്തിലേക്ക് ദലിതർ പൂർണ്ണമായും മാറിപ്പോയാൽ എല്ലാ തലങ്ങളിലും ബ്രാഹ്മണരുടെ ആധിപത്യം അവസാനിക്കുമെന്ന് അവരും തിരിച്ചറിയുന്നു.

അവരുടെ അജണ്ടയിലെ രണ്ടാമത്തെ ഇനം ബാബ്റി മസ്ജിദിന്റെ സ്ഥാനത്ത് രാമക്ഷേത്രം നിർമ്മിക്കലാണ്. ഹിന്ദുശക്തി സമാഹരിക്കുന്നതിന് അവരെ അത് സഹായിക്കുന്നു. പക്ഷേ സർക്കാരിനെ തൽക്കാലം കുഴപ്പത്തിലാക്കാൻ ആർ എസ് എസിന് ഉദ്ദേശ്യമില്ലാത്തതിനാൽ രാമജന്മഭൂമി പ്രശ്നം കുത്തിപ്പൊക്കുന്നത് അവർ മാറ്റിവെച്ചു. രാമജന്മഭൂമി പ്രശ്നം കുത്തിപ്പൊക്കിയാൽ സർക്കാരിന് ഒന്നുകിൽ അതിന്റെ ശരിയായ മർദ്ദകസ്വഭാവം കാണിക്കേണ്ടിവരും. രാജ്യം മുഴുവൻ എതിരായപ്പോൾ ഇന്ദിരാഗാന്ധി അടിയന്തരാവസ്ഥ പ്രഖ്യാപിച്ചതുപോലെ. അല്ലെങ്കിൽ അത് താഴെപ്പോകും.

പിന്നീട് അവരുടെ അടുത്ത നീക്കമായിരുന്നു ഘർ വാപസി. ഞാൻ എന്റെ ഒരു ലേഖനത്തിൽ പറഞ്ഞതുപോലെ ഘർ ഇല്ലാത്തവർക്ക് എ

ങ്ങനെ ഘർ വാപസി സാദ്ധ്യമാകും. ക്രിസ്തുമതത്തിലേക്കോ, ഇസ്ലാം മതത്തിലേക്കോ ഇനി ബുദ്ധമതത്തിലേക്കോ മാറിയവർ ഏത് മതത്തിലേക്കാണ് തിരിച്ചുപോകേണ്ടത്? ഒരു ദലിതന് ഗുരുവായൂരിലോ, വൈഷ്ണവ് ദേവി ക്ഷേത്രത്തിലോ അങ്ങനെ ഏതെങ്കിലും ക്ഷേത്രത്തിൽ പുരോഹിതനാകാൻ പറ്റുമോ..? ഇങ്ങനെയൊക്കെ കുറേ ചോദ്യങ്ങളുയർന്നു. മാത്രമല്ല, യൂറോപ്പിലും അമേരിക്കയിലുമൊക്കെ ഈ പ്രശ്നം അനുരണനങ്ങളുണ്ടാക്കി. ഇത്തരമൊരു നീക്കവും പ്രാവർത്തികമാകില്ലെന്ന വസ്തുത ഹിന്ദുത്വവാദികൾ പെട്ടെന്നാണ് മനസ്സിലാക്കിയത്.

അങ്ങനെയാണ് നാലാമതൊരു നീക്കത്തിലേക്ക് ആർ എസ് എസ് കടക്കുന്നത്. അതായിരുന്നു ഗോവധനിരോധനം. ഹിന്ദുത്വവാദികൾക്ക് എരുമകളെ കൊല്ലുന്നതിൽ വിരോധമില്ല. പശുവിനെ കൊല്ലുന്നതിൽ മാത്രമേയുള്ളൂ. എരുമ കറുത്തതും പശു തവിട്ടുനിറമുള്ളതോ വെളുത്ത നിറമുള്ളതോ അല്ലേ? ചരിത്രപരമായി പറഞ്ഞാൽ വെളുത്ത ആര്യൻമാർക്ക് കറുത്തവരെ വംശോൻമൂലനം ചെയ്യുന്നതിലും കൊന്നൊടുക്കുന്നതിലുമാണ് താല്പര്യം.

ബഫലോ നേഷനലിസം എന്ന കൃതിയിൽ താങ്കൾ ഈ പ്രശ്നം ചർച്ച ചെയ്യുന്നുണ്ട്..?

അതേയതെ... ഋഗ്വേദകാലത്ത് ബ്രാഹ്മണർ പശുമാംസം ഭക്ഷിച്ചിരുന്നു. യഥാർത്ഥത്തിൽ തെക്കേ ഇന്ത്യയിലെ ശങ്കരാചാര്യരും മധ്വാചാര്യരുമൊക്കെയാണ് മാംസാഹാരവിരോധം ഹിന്ദുമതത്തിലേക്ക് കൊണ്ടുവരുന്നത്. ബുദ്ധ, ജൈന മതങ്ങൾക്കെതിരെയുള്ള പ്രചാരണത്തിന്റെ ഭാഗമായിരുന്നു അത്. But Budhism didn't object to violence as a need, but it did oppose violenace as creed. അക്രമത്തെ, ഹിംസയെ, വിശ്വാസമാക്കിക്കൊണ്ടുനടന്നുകൂടാ എന്ന് മാത്രമേ ബുദ്ധമതം പറയുന്നുള്ളൂ. ഹിന്ദുത്വശക്തികൾക്ക് വയലൻസ് ക്രീഡ് തന്നെയാണ്. അക്രമത്തെ, ഹിംസയെ അവർ ആരാധിക്കുന്നു. ഹിംസയെ സകലതലങ്ങളിലും അപലപിച്ച ഒരാളായിരുന്നു മഹാത്മാഗാന്ധി. അദ്ദേഹം ഒരു ജൈനമതക്കാരനല്ലായിരുന്നുവെങ്കിൽ ഹിംസയെ ഇത്രമേൽ എതിർക്കുമായിരുന്നില്ല. ആ അർദ്ധനഗ്നത, തല മുണ്ഡനം ചെയ്യുന്ന ശീലം, സ്വയം ദാരിദ്ര്യം വരിക്കാനുള്ള താല്പര്യം ഇതെല്ലാം ജൈനമതത്തിന്റേതാണ്. അദ്ദേഹത്തിന്റെ വേരുകൾ ചരിത്രപരമായി ജൈനമതത്തിലാണ്. അതെ, ഗാന്ധി യഥാർത്ഥത്തിൽ ഹിന്ദുവായിരുന്നില്ല. ജൈനമതക്കാരനായിരുന്നു. ബനിയകളുടെ പിന്തുണ പോലെതന്നെ ഹിന്ദുബ്രാഹ്മണരുടെ പിന്തുണയും അദ്ദേഹത്തിന്റെ രാഷ്ട്രീയശ്രമങ്ങളിൽ അദ്ദേഹത്തിന് അനിവാര്യമായിരുന്നു. അതുകൊണ്ട് അദ്ദേഹം രാമഭക്തനായി എന്ന് മാത്രം. താൻ ഒരു സനാതനഹിന്ദുവാണെന്ന അദ്ദേഹത്തിന്റെ അവകാശവാദമൊക്കെ പിന്നീടുവന്നതാണ്. ഹിന്ദുമതത്തിന് യഥാർത്ഥത്തിൽ അഹിംസ എന്ന തത്ത്വം തന്നെ അന്യമായിരിക്കേ എങ്ങനെയാണ് ഗാന്ധിജി ഹിന്ദുവാകുക?

എല്ലാത്തിനുമുപരി ഗാന്ധിജി ഒരു ഇവാഞ്ചലിസ്റ്റ് ആയിരുന്നു. ജൈനമതക്കാരനായ ഞാൻ കഴിക്കാത്ത ഒന്നും മറ്റുള്ളവർ കഴിച്ചുകൂടെന്ന വാശിക്കാരനായിരുന്നു. സ്വന്തം കുടുംബത്തിൽ പോലും ജനാധിപത്യം അദ്ദേഹം അനുവദിച്ചില്ല.

എരുമയെക്കൊല്ലാമെന്നും പശുവിനെക്കൊല്ലാൻ പാടില്ലെന്നുമുള്ള ആർ എസ് എസിന്റെ വാദത്തിന് യഥാർത്ഥത്തിൽ ഒരു വംശീയച്ചുവയുണ്ട്. കറുത്തവരായ ദ്രാവിഡജനതയെ കൊന്നൊടുക്കിയതിന്റെ സമാന്തരത നിങ്ങൾക്ക് ചരിത്രത്തിൽ ഗോവധവിരോധത്തിലും എരുമകളെക്കൊന്നൊടുക്കിയതിലും കണ്ടെത്താനാകും. അമേരിക്കയിൽ കറുത്ത എല്ലാ എരുമകളെയും കൊന്നൊടുക്കിയ ചരിത്രമുണ്ട്. വംശീയവിരോധത്തിന്റെയും വർണ്ണവെറിയുടെയും ചുവ ആ പ്രവൃത്തിക്കുണ്ടെന്ന് ചരിത്രം വിലയിരുത്തുമ്പോൾ മനസ്സിലാകും. ആര്യൻമാരും തുടക്കത്തിൽ പശുക്കളെയും എരുമകളെയും കൊന്നൊടുക്കിയിരുന്നു. പിന്നീട് ഇതിൽ നിന്ന് കാളകളെ ഒഴിവാക്കി. ആ മൃഗം ഗ്രാമീണസമ്പദ്‌വ്യവസ്ഥയിൽ വഹിച്ചിരുന്ന പങ്കായിരുന്നു അതിനൊരു കാരണമെന്ന് കാണാം. വണ്ടിവലിക്കുന്നതിന്, നിലമുഴുന്നതിന്, എണ്ണയാട്ടുന്നതിന്, വംശവർദ്ധന വരുത്തി പാലിന്റെ ലഭ്യത ഉറപ്പുവരുത്തുന്നതിന്, അങ്ങനെ പലതിനും കാളകളുടെ ശക്തി ഉപയോഗിച്ചിരുന്നു. ഒരുപക്ഷേ, കുതിരശക്തി എന്നതിന് പകരം കാളക്കരുത്ത് എന്നായിരുന്നു പ്രയോഗിക്കേണ്ടിയിരുന്നത്. മൃഗങ്ങളുടെ കായികശേഷി ഉല്പാദനപ്രക്രിയയിൽ വലിയൊരു പങ്കുവഹിച്ചു. യന്ത്രവല്ക്കരണം വന്നതോടെ മൃഗശക്തിക്ക് പകരംവെക്കൽ നടന്നു. ഇനി പശുവിനെയും കാളയേയും ആരാണ് വളർത്താൻ പോകുന്നത്? ഇനി കാളകളെ മറ്റെന്തിനാണ് നമുക്കുപയോഗിക്കാനാകുക? ലഭ്യമാകുന്ന പാലിന്റെ വലിയൊരുശതമാനം പശുക്കളിൽ നിന്നല്ല, മറിച്ച് എരുമകളിൽ നിന്നാണ് ഇന്ന് ലഭിക്കുന്നത്. ഗുജറാത്തിലാണ് എരുമപ്പാലിന് പകരം പശുവിൻപാൽ കൂടുതലായി ഉല്പാദിപ്പിക്കാനുള്ള ശ്രമം ആദ്യമായി നടന്നത്. അമുൽ മിൽക്കുകാർ ഇക്കാര്യത്തിൽ വഴികാട്ടി. എന്തായാലും പശുവിനെക്കൊല്ലേണ്ടയെങ്കിൽ തുകലുകൊണ്ടുള്ള ഉല്പന്നങ്ങൾ എങ്ങനെയുണ്ടാകും?

യഥാർത്ഥത്തിൽ പശുക്കളെ കൊല്ലരുതെന്ന് പറഞ്ഞത് വികസന വിരുദ്ധതയാണ്.

ബീഫ് കഴിക്കാത്തവർക്ക് ഹിന്ദുവാകാൻ സാദ്ധ്യമല്ലെന്ന് സ്വാമി വിവേകാനന്ദൻ പറഞ്ഞിട്ടുണ്ട്..?

സ്വാമി വിവേകാനന്ദൻ മാംസാഹാരിയായിരുന്നു. ഗൗതമബുദ്ധനും മാംസാഹാരിയായിരുന്നു. എന്നാൽ മഹാത്മാ ഗാന്ധി ആയിരുന്നില്ല. അദ്ദേഹം അടിസ്ഥാനപരമായി ജൈനമതക്കാരനായിരുന്നതുകൊണ്ടാണത്. അദ്ദേഹം ഹിന്ദുവാണെന്ന് ഭാവിച്ചത് യഥാർത്ഥത്തിൽ ബ്രാഹ്മണരെ നയിക്കണമെന്ന ആവശ്യം മുൻനിർത്തിയായിരുന്നു. മഹാത്മാവിന്റെ ഫി

ലോസഫി ജൈനമായിരുന്നു. തീർച്ചയായും അദ്ദേഹത്തോടുള്ള ബഹുമാനം നിലനിർത്തിക്കൊണ്ടുതന്നെയാണ് ഞാനിത് പറയുന്നത്. പൂണൂലിടാത്ത ബനിയ ആയിരുന്നു മോഹൻദാസ് കരംചന്ദ് ഗാന്ധി. കുശാഗ്രബുദ്ധിയും തന്ത്രശാലിയുമായിരുന്നു അദ്ദേഹം. ഇപ്പോൾ കുറേശ്ശേയായി നരേന്ദ്രമോദിയും ഗാന്ധിയെപ്പോലെ തന്ത്രശാലിയായിത്തീരുമെന്നാണ് ഞാനാശിക്കുന്നത്. മോദിയല്ല പാർട്ടിയെ നിയന്ത്രിക്കുന്നത്. മോഹൻ ഭഗവത് ആണ്. പാർട്ടി മാത്രമല്ല, മിക്കവാറും സംഘപരിവാർ ആകെത്തന്നെയും. മോഹൻ ഭഗവതിന് പകരം അവിടെ ഒരു പിന്നാക്കക്കാരനോ പട്ടികജാതിക്കാരനോ ആയിരുന്നെങ്കിൽ ചിത്രം വ്യത്യസ്തമായേനെ. പക്ഷേ അതിന് അവർ അനുവദിക്കുകയില്ല. മോഹൻ ഭഗവത് നയിക്കുന്നത് യഥാർത്ഥത്തിൽ മോദിവിരുദ്ധ ക്യാംപയിനാണ്. ബീഫ് നിരോധനം യഥാർത്ഥത്തിൽ വികസനവിരുദ്ധ അജണ്ടയുടെ ഭാഗമാണ്. വേണ്ടത്ര ഭക്ഷണമില്ലെങ്കിൽ വികസനം എങ്ങനെയാണ് സാദ്ധ്യമാകാൻ പോകുന്നത്..? കേരളത്തിലെ വികസനത്തിന്റെ അടിസ്ഥാനഘടകങ്ങളിലൊന്ന് ഭക്ഷണം തെരഞ്ഞെടുക്കാനുള്ള ഈ സ്വാതന്ത്ര്യമാണ്. നിങ്ങൾക്ക് ആവശ്യമുള്ള ഭക്ഷണം എവിടെനിന്നും കഴിക്കാം. ഏതു ഹോട്ടലിലും കയറാം. ഉയരെ നിന്ന് പറന്ന് എവിടെയെങ്കിലും ചെന്നിറങ്ങാൻ കഴിയുകയെന്ന ഒന്നല്ല വികസനം. മെച്ചപ്പെട്ട ജീവിതം നയിക്കാനും സമാധാനത്തോടെ ഉറങ്ങാൻ കഴിയുന്ന സാഹചര്യം ഉണ്ടാകുകയെന്നതാണ് വികസനമെന്നതിന്റെ അർത്ഥം. മനുഷ്യരുടെ ആയുർദൈർഘ്യം വർദ്ധിച്ചിട്ടുണ്ട്. എങ്ങനെയാണ് അതുവർദ്ധിച്ചത്? മെച്ചപ്പെട്ട ഭക്ഷണം കഴിക്കാൻ, നന്നായുറങ്ങാൻ ഒക്കെ അവസരമുണ്ടായി. അതുതന്നെയാണ് വികസനം. മോദി പറയുന്നത് ഇവിടെ കൂടുതൽ വികസനം കൊണ്ടുവരുമെന്നാണ്. നിങ്ങൾ ബീഫ് നിരോധിക്കുന്നു. മത്സ്യം നിരോധിക്കുന്നു. എങ്കിൽ കച്ചവടം നടത്താൻ ഇവിടെ ആരെങ്കിലും വരുമോ..? വാൾമാർട്ട് എന്തിനാണ് ഇവിടെ വരുന്നത്..? അതുകൊണ്ടാണ് ബീഫ് നിരോധനം വികസനവിരുദ്ധമാണ് എന്ന് ഞാൻ പറയുന്നത്.

പിന്നാക്കക്കാരനായ മോദി പ്രധാനമന്ത്രി സ്ഥാനാർത്ഥിയായതുകൊണ്ടാണ് ബി ജെ പി അധികാരത്തിലെത്തിയത്. അഞ്ചുമുതൽ ആറ് ശതമാനം വരെ കൂടുതൽ വോട്ടുകൾ പിന്നാക്കക്കാരിൽ നിന്ന് കിട്ടി. കോൺഗ്രസ് ഒരിക്കലും പിന്നാക്കക്കാരനായ ഒരു പ്രധാനമന്ത്രിയുണ്ടാകാൻ അനുവദിച്ചിട്ടില്ല. മൂന്ന് മുസ്‌ലിം പ്രസിഡന്റുമാരുണ്ടായിട്ടുണ്ട് എന്നത് ശരി. മോദിയെയും ബി ജെ പിയെയും അധികാരത്തിലെത്തിച്ച പിന്നാക്കക്കാർക്ക് അവർ തിരിച്ചെന്താണ് നല്കിയത്.? മോദിക്ക് പുറമെ ഉണ്ടായിരുന്ന ഒരേയൊരു പിന്നാക്കക്കാരൻ മന്ത്രി ഗോപിനാഥ് മുണ്ടെയായിരുന്നു. അദ്ദേഹം അപകടത്തിൽ കൊല്ലപ്പെടുകയും ചെയ്തു. മോദിയുടെ മന്ത്രിസഭയെ നിയന്ത്രിക്കുന്നനത് ആർ എസ് എസ് എന്ന ബാഹ്യശക്തിയാണ്. നെഹ്റു അധികാരത്തിലിരുന്നപ്പോൾ ബ്രാഹ്മണനോ, അബ്രാഹ്മണനോ ആകട്ടെ, എല്ലാ മന്ത്രിമാരും അദ്ദേഹത്തിന്റെ നിയന്ത്ര

ണത്തിലായിരുന്നു. വിദേശി എന്ന ആക്ഷേപമുണ്ടായിരുന്നിട്ടു കൂടി സോണിയയുടെ ആജ്ഞകളെ ചോദ്യം ചെയ്യാൻ ഒരു ബാഹ്യശക്തിയും യു പി എ സർക്കാരുകളുടെ കാലത്തുപോലും ഉണ്ടായിരുന്നില്ല. ആരെയും അവർക്ക് പുറത്താക്കാൻ കഴിയുമായിരുന്നു. ഇത് മോദിക്ക് ചെയ്യാൻ കഴിയുമോ..?

നാഗ്പൂരിൽ നിന്നാണ് പാർട്ടിയെ നിയന്ത്രിക്കുന്നത്, അല്ലേ..?

നാഗ്പൂർ എന്ന് ഒറ്റയടിക്ക് പറഞ്ഞുകൂടാ..നാഗ്പൂരിൽ ധാരാളം ദലിതരുണ്ട്. അതൊരു ബുദ്ധമതകേന്ദ്രം കൂടിയാണ്. ബ്രാഹ്മണനായ ഒരു വ്യക്തിയെന്ന് വേണം പറയാൻ. മോഹൻ ഭഗവതാണ് പാർട്ടിയെ നിയന്ത്രിക്കുന്നത് എന്ന് പറയൂ. ഡൽഹിയിലെ പാർട്ടിയുടെ നിയന്ത്രണം മോദിയിലല്ല, മറിച്ച് മോഹൻ ഭഗവതിലാണ്.

ബീഫ് നിരോധനത്തെ മറ്റൊരു തരത്തിൽ നോക്കിക്കാണുന്ന വേറൊരു ചർച്ച കേരളത്തിൽ നടക്കുന്നത് ശ്രദ്ധയിൽ പെട്ടിട്ടുണ്ടോ എന്നറിയില്ല. ബീഫ് കഴിക്കുന്നത് ആരോഗ്യപ്രശ്നങ്ങളുണ്ടാക്കുമെന്ന ചർച്ച ചില കേന്ദ്രങ്ങളിൽ നിന്നുയർന്നുവരുന്നുണ്ട്. താങ്കളുടെ അഭിപ്രായം എന്താണ്..?

പ്രശ്നത്തിന്റെ രാഷ്ട്രീയസ്വഭാവമെന്തെന്നും ഇക്കാര്യത്തിൽ രാഷ്ട്രീയ ബ്രാഹ്മണ്യത്തിന്റെ ഉദ്ദേശ്യമെന്തെന്നും ശ്രദ്ധയിൽ പെടാതിരിക്കാനേ ഇത്തരം ചർച്ചകൾ സഹായകമാകൂ. മുസ്ലിങ്ങളെയും ദലിതുകളെയും പട്ടിണിക്കിട്ടു കൊല്ലണമെന്നാണ് അവരുടെ ആവശ്യം. ബനിയമാരോ ബ്രാഹ്മണരോ മരിക്കില്ലെന്നും അവരുറപ്പുവരുത്തിയിട്ടുമുണ്ട്.

യഥാർത്ഥത്തിൽ മാംസ്യത്തിന്റെയും പോഷകങ്ങളുടെയും വലിയ കലവറയാണ് റെഡ് മീറ്റ് എന്ന വിഭാഗത്തിൽ പെടുന്നവ. നാഷണൽ ന്യൂട്രീഷ്യൻ ഇൻസ്റ്റിറ്റ്യൂട്ടിന്റെ കണക്കുപ്രകാരം പച്ച ബീഫിലും ഉണക്ക ബീഫിലും അമ്പതുശതമാനത്തിലധികം പ്രോട്ടീൻ അടങ്ങിയിട്ടുണ്ട്. അതേസമയം പച്ചക്കറിയിലും മറ്റും ഇരുപതോ ഇരുപത്തിയഞ്ചോ ശതമാനമേ പ്രോട്ടീനടങ്ങിയിട്ടുള്ളൂ. പോഷാകാഹാരക്കുറവ് കൊണ്ട് കുഞ്ഞുങ്ങൾ മരിക്കുന്ന രാജ്യമാണ് ഇതെന്ന് ഓർക്കണം. പച്ചക്കറികളിൽ നിന്ന് ലഭിക്കുന്ന മാംസ്യം വ്യത്യസ്തവുമാണ്. ഒരുവയസ്സുമുതൽ ആറ് വയസ്സുവരെയുള്ള കാലത്ത് നമ്മുടെ കുട്ടികളെല്ലാം ബീഫും കോഴിമുട്ടയും കഴിക്കുകയാണെങ്കിൽ ചൈനീസ് കുട്ടികളുടേതുപോലെ നമ്മുടെ കുട്ടികളുടെയും തലച്ചോറു വികസിക്കും. ഇത്തരമൊരു ഭക്ഷണത്തിന് പകരം വെയ്ക്കാനെന്താണുള്ളത്..? ഭക്ഷണത്തിൽ നിന്ന് ബീഫും മുട്ടയുമൊക്കെ ഒഴിവാക്കിയാൽ നമ്മുടെ ആരോഗ്യത്തിനെയാണ് അത് ബാധിക്കുക. മതപരമായ മുൻവിധികൾ നമ്മുടെ ആരോഗ്യത്തെ എങ്ങനെയാണ് ബാധിക്കുകയെന്നതിന് അഗ്രചർമ്മഛേദനം തന്നെ നല്ല ഉദാഹരണമാണ്. ലോകരോഗ്യസംഘടനയുടെ പഠനങ്ങൾ പ്രകാരം എയ്ഡ്സിനെ ചെറുക്കുന്നതിൽ അഗ്രചർമ്മഛേദനം നല്ല ഉപാധിയാണ്. പക്ഷേ നമ്മുടെ സർക്കാർ അതിനെ പ്രോത്സാഹിപ്പിക്കുന്നില്ല. കാരണം ഇവിടുത്തെ

ഭൂരിപക്ഷ ഹിന്ദുസമുദായത്തിന് അതുവേണ്ട എന്നതുതന്നെ.

ചൈനക്കാരുടെ വർദ്ധിച്ച ആയുർദൈർഘ്യത്തിന് കാരണമെന്താണെന്ന് നോക്കൂ. അവർ എന്തും കഴിക്കും. ഗർഭസ്ഥശിശുവായിരിക്കുമ്പോൾ തന്നെ മികച്ച പോഷകങ്ങൾ ലഭ്യമാക്കാൻ അവർ ശ്രദ്ധിക്കുന്നു. അതുകൊണ്ട് തന്നെ അവർക്കിടയിൽ ശിശുമരണനിരക്കും കുറവാണ്. മാംസം, മുട്ട, പച്ചക്കറികൾ എല്ലാം അവർ കഴിക്കുന്നു. ഇവിടെ ബ്രാഹ്മണർ അനുശാസിക്കുന്നത് ആരും മാംസം കഴിക്കരുത് എന്നാണ്. പച്ചക്കറികൾ എങ്ങനെയുണ്ടാക്കുന്നുവെന്ന് അറിയാത്ത ബ്രാഹ്മണർക്ക് ഇതുപറയാനുള്ള അവകാശമെന്താണ്..?

Those who do not know how to produce, have no right to prescribe.

എല്ലാത്തിനുമുപരി ഭക്ഷണം വ്യക്തിപരമായ ഒരു തിരഞ്ഞെടുപ്പിന്റെ പ്രശ്നമല്ലേ..?

ഹിറ്റ്ലർ ഒരു സസ്യഭുക്കായിരുന്നു എന്ന് ചിലർ വാദിച്ചു കേട്ടിട്ടുണ്ട്. ആ ഹിറ്റ്ലർ പോലും ഇങ്ങനെ ചെയ്തിട്ടില്ല. എങ്ങനെയാണ് ഭരണകൂടത്തിന് ഒരാൾ എന്തു കഴിക്കണമെന്ന കാര്യത്തിൽ ഇടപെടാൻ കഴിയുക? പൊതുവേ പറഞ്ഞാൽ ഈ വെജിറ്റേറിയനുകളുടെ നിലപാടുകൾ പൊതുവേ മനുഷ്യവിരുദ്ധമാണ്. അവരെ പൊതുവേ കണ്ടുവരുന്നത് മനുഷ്യസ്വാതന്ത്ര്യത്തെ ബഹുമാനിക്കാത്തവരായാണ്. കടുംപിടുത്തക്കാരായാണ്. ശ്രീശങ്കരാചാര്യർ മുതലുള്ള ബ്രാഹ്മണപുരോഹിതരെ നോക്കൂ..അയിത്തം കണ്ടുപിടിച്ചത് അവരാണ്. അത് ഇപ്പോഴും ആചരിക്കണമെന്ന കാര്യത്തിൽ നിർബ്ബന്ധബുദ്ധിയും അവർ കാണിക്കുന്നു. മത്സ്യവും മാംസവും കഴിക്കുന്ന കാഞ്ച ഇലയ്യയല്ല അയിത്തം കണ്ടുപിടിച്ചത്. കഴിക്കുന്ന ഭക്ഷണവുമായി ഒരാളുടെ സ്വഭാവത്തെ ബന്ധപ്പെടുത്തുന്നത് അസംബന്ധമാണ്. നിങ്ങൾ ഒരു കാളയെ കൊല്ലുകയാണെങ്കിൽ ഇരുപതുമുതൽ മുപ്പതുപേർക്ക് വരെ കഴിക്കാം. പക്ഷേ ഒരു വെജിറ്റേറിയനുവേണ്ടി നിങ്ങൾക്ക് ഇരുപത് തക്കാളി വേണ്ടിവരും. അല്ലെങ്കിൽ പത്തു വഴുതന വേണ്ടിവരും. സസ്യങ്ങൾക്കും ജീവനുണ്ടെന്നുള്ളത് നിങ്ങൾ മറന്നോ..?

ശരിക്കും ഒരു ധർമ്മസങ്കടമാണത്...?

ശരിക്കും വലിയൊരു പ്രശ്നമാണത്. ഹിംസയുടെയും അഹിംസയുടെയും പ്രശ്നങ്ങളെ എളുപ്പത്തിൽ നിർദ്ധാരണം ചെയ്യാൻ ശ്രമിക്കുന്നത് ബാലിശമായ ശ്രമമായേ കലാശിക്കൂ. കാളയിറച്ചിയും പോത്തിറച്ചിയുമൊക്കെ നിരോധിക്കാനിറങ്ങിത്തിരിച്ചാൽ രാജ്യത്ത് വലിയ കാർഷികപ്രതിസന്ധി ഉണ്ടാകും. എന്തും തിന്നാനുള്ള അവകാശം സൂക്ഷിക്കുന്ന വടക്കുകിഴക്കൻ സംസ്ഥാനങ്ങൾ ഇന്ത്യയിൽ നിന്ന് വിട്ടുപോകാനുള്ള ശ്രമം ശക്തമാക്കും. ഗോവ, കേരളം പോലുള്ള സംസ്ഥാനങ്ങൾ

ചെറുക്കും. മഹാരാഷ്ട്രയിൽ ഇപ്പോൾത്തന്നെ ജനം ഇത് ജനാധിപത്യമല്ലെന്ന് ആക്ഷേപിച്ച് സമരരംഗത്തിറങ്ങിയിട്ടുണ്ട്. ആർ എസ് എസിന് പശുവിൻ പാലേ വേണ്ടൂ..എരുമപ്പാൽ വേണ്ട.. എരുമ കറുത്തല്ലേ..അതുകൊണ്ടായിരിക്കും.

സംഘ്പരിവാറിന്റെ ഇത്തരം ഇടപെടലുകൾ ഒരു ആഭ്യന്തര യുദ്ധത്തിലേക്ക് നയിക്കുമെന്ന് താങ്കൾ വിശ്വസിക്കുന്നുണ്ടോ..?

തീർച്ചയായും. ഭക്ഷണത്തിന്റെ കാര്യത്തിൽ പോലും നിയന്ത്രണങ്ങൾ കൊണ്ടുവന്നാൽ ജനം സഹിക്കുമോ..? കൂട്ടബലാത്സംഗത്തിനെ തുടർന്ന് ഡൽഹിയിൽ ജനം സംഘടിച്ചിറങ്ങിയതുപോലെ ചെറുത്തുനില്പ്പുണ്ടാകും. ഈയൊരു സ്ഥിതിവിശേഷം സംജാതമാകണമെന്നുതന്നെയാണ് ആർ എസ് എസും ആശിക്കുന്നത്.

ഐ ഐ ടികളും ഐ ഐ എമ്മുകളും നമുക്ക് വേണ്ടെന്ന് ഒരിക്കൽ താങ്കളെഴുതി. ഇപ്പോഴും ആ അഭിപ്രായമുണ്ടോ..?

ഉണ്ട്. അവിടെ നൈസർഗ്ഗികമായ ജ്ഞാനത്തിന്റെ ഉല്പാദനമൊന്നും നടക്കുന്നില്ല. മേൽജാതി സമ്പദ് വ്യവസ്ഥക്കാവശ്യമായ ചില ശേഷികൾ വികസിപ്പിച്ചെടുക്കുന്നതിന് പരിശീലനം നല്കുന്ന കേന്ദ്രങ്ങളാണവ. ഐ ഐ ടികൾക്കും ഐ ഐ എമ്മുകൾക്കും വേണ്ടി കൂടുതൽ പണം ചെലവഴിക്കുന്നതിന് പകരം സാർവ്വത്രികമായി ഇംഗ്ലിഷ് മീഡിയം സ്കൂളുകൾ തുടങ്ങുന്നതിന് പണം വിനിയോഗിക്കണം. അതാണ് വേണ്ടത്.

ഇന്നത്തെ പുതുസമ്പദ്ക്രമത്തിൽ ഒരു ദലിതന്റെ സ്ഥാനമെന്താണ്..?

ഒരു ദലിതൻ തീർച്ചയായും ആഗോള നവസമ്പദ്ക്രമത്തിന്റെയും പുതുമുതലാളിത്തത്തിന്റെയും ഭാഗമായിത്തീരണം. അതിന് ഇംഗ്ലീഷ് അടക്കം എല്ലാം പഠിക്കണം. സ്വന്തം ജനതയുടെ സംസ്കാരത്തെക്കുറിച്ച് പഠിക്കണം. സംസ്കാരം വളരെ പ്രധാനപ്പെട്ട ഒരു വശമാണ്. യാത്ര ചെയ്യാൻ നിങ്ങൾ വിമാനമാണ് മിക്കപ്പോഴും തെരഞ്ഞെടുക്കുന്നതെങ്കിൽ അതൊരു സംസ്കാരം കൂടിയാണ്. നിങ്ങൾ ബീഫ് കഴിക്കുന്നുവെങ്കിൽ അത് സംസ്കാരവും സമ്പദ്വ്യവസ്ഥയും കൂടിയാണ്. ദലിതർ ഇപ്പോഴും പ്രാകൃതമർദ്ദനവ്യവസ്ഥയുടെ ഇരകളായി തുടരുകയാണ്. ദലിതരുടേതായ വിഗ്രഹാരാധനകൾ അവർ ഉപേക്ഷിക്കണം. പകരം പുസ്തകത്തെ ആരാധിക്കണം. ആഗോളവല്ക്കരണം എതിർക്കപ്പെടേണ്ട ഒരു പ്രശ്നമാണെന്ന് ഞാൻ കരുതുന്നില്ല. യൂറോപ്യൻമാരോ അമേരിക്കക്കാരോ ഇവിടെ വന്ന് കച്ചവടം നടത്തുന്നതിനെ എതിർക്കേണ്ടതില്ല. ഉദാഹരണത്തിന് നാളെ വാൾമാർട്ട് ഇവിടെ വരികയും കുറേയേറെ ദലിതർക്ക് ജോലി നല്കുകയും ചെയ്യുന്നുണ്ടെങ്കിൽ അതിനെ എതിർക്കേണ്ടതു

ണ്ടോ? ബ്രാഹ്മണരും ബനിയകളും അവർക്കെന്തെങ്കിലും നല്കുന്നുണ്ടോ..? ജാതിവ്യവസ്ഥയുടെ കാര്യത്തിലെന്നപോലെ കമ്യൂണിസ്റ്റുകാർക്ക് ഇക്കാര്യത്തിലും വികലമായ നയമാണുള്ളത്. കേരളത്തെത്തന്നെ നോക്കൂ. അതിന്റെ വികസനം എങ്ങനെയാണ് സാദ്ധ്യമായത്? ജനാധിപത്യപരമായ സംവാദത്തിലൂടെയും ഇടപെടലിലൂടെയുമല്ലേ..?

കേരളത്തിന്റെ സാമ്പത്തികവളർച്ചയിൽ പ്രധാനപങ്ക് ഭൂപരിഷ്കരണത്തിനില്ലേ..?

ഭൂപരിഷ്കരണത്തിന് അമിതപ്രാധാന്യം നല്കുന്നത് മേൽജാതി ബ്രാഹ്മണ കമ്യൂണിസ്റ്റുകാർ സൃഷ്ടിച്ച ആശയപരപമായ ഒരു കെണിയാണ്. ബംഗാളിൽ നോക്കൂ. അവിടെ ഭൂപരിഷ്കരണം നടന്നു. ഭൂമി കീഴ്ജാതിക്കാർക്കും കിട്ടി. പക്ഷേ, സാമ്പത്തികമായും സാമൂഹികമായും അവരിന്നും പിറകിലല്ലേ..? ബംഗാളിലെ മേൽജാതി കമ്യൂണിസ്റ്റുകാർ വിദേശത്ത് സുഖിച്ചു കഴിയുകയും ചെയ്യുന്നു. ഇന്ന് ഇന്ത്യയിൽ ഭൂവിസ്തൃതിയുടെ വലിയൊരു വിഭാഗത്തിന്റെ ഉടമസ്ഥത ദലിതരുടെ കൈയിലാണ്. എന്നിട്ടും അവരുടെ സ്ഥിതി മെച്ചപ്പെട്ടോ..?

(കടപ്പാട്: മലയാളം വാരിക: 2015 ഏപ്രിൽ 3)

നിങ്ങൾക്ക് തരാൻ ഞങ്ങളുടെ കൈയിൽ ഗോമാംസമില്ല

പ്രാചി പിംഗ്ലേ പ്ലംബർ

പശുവിനെ കൊല്ലുന്നത് നിരോധിച്ചുകൊണ്ട് ഒരു നിയമമുള്ളപ്പോൾ തന്നെയാണ് കാളകളേയും മൂരിക്കുട്ടികളെയും കൊല്ലുന്നത് നിരോധിച്ചുകൊണ്ട് മറ്റൊരു നിയമം കൂടെ വരുന്നത്. അത് മഹാരാഷ്ട്രയിൽ മതങ്ങൾക്കപ്പുറം ലക്ഷക്കണക്കിന് വരുന്ന ജനങ്ങളുടെ ജീവിത സാഹചര്യങ്ങളെ വെല്ലുവിളിക്കുന്ന സ്ഥിതിയാണുണ്ടായിരിക്കുന്നത്. കർഷകർ മുതൽ കയറ്റുമതിക്കാർ വരെയുള്ളവരെ നേരിൽക്കണ്ട് സംസാരിച്ച് പ്രായിചിൻഗ്ലേ പ്ലംബർ തയ്യാറാക്കിയ കുറിപ്പാണിത്.

കേന്ദ്രത്തിലെ എൻ ഡി എ ഗവൺമെന്റ് മഹാരാഷ്ട്ര നിയമത്തെ ഒരു മാതൃകാ നിയമമായി ജനങ്ങൾക്കിടയിൽ പ്രചരിപ്പിക്കാനുദ്ദേശിക്കുമ്പോൾ വിദഗ്ദ്ധർ ഈ നിരോധനത്തിന്റെ പിന്നിലെ യുക്തിയെത്തന്നെ ചോദ്യം ചെയ്യുന്നു. ഇതിനിടെ ഹരിയാന കന്നുകാലികളെക്കൊല്ലുന്നത് കൊലപാതകക്കുറ്റമായി കണക്കിലെടുത്തത് ഈ കുറ്റത്തിന് ജീവപര്യന്തം തടവുശിക്ഷ വിധിക്കാനൊരുങ്ങുകയാണ്. ഈ മാതൃക പിന്തുടരാൻ ബി ജെ പി ഭരിക്കുന്ന സംസ്ഥാനങ്ങളിലെ ഗവൺമെന്റുകൾ തയ്യാറെടുപ്പുകൾ നടത്തുമ്പോൾ ബി ജെ പി ഭരിക്കുന്ന ഗോവ ഗവൺമെന്റ് വിപണിയിൽ ആവശ്യത്തിന് ഗോമാംസം കിട്ടാത്തതിന്റെ പ്രയാസം അനുഭവിക്കുകയാണ്.

"ഈ മാസം വീട്ടിലേക്ക് പണമയക്കാൻ പറ്റില്ല"

എ ക്യു ഗാനി ഖുറേഷി - കടയുടമ

മുഹമ്മദ് നബി അൻവർ - തൊഴിലാളി

കൂട്ടുകാരും സഹപ്രവർത്തകരുമൊക്കെ അറവുകത്തിയുമായി താൻ ജോലിചെയ്യുന്ന കടയിൽ വികാരഭരിതരായിരിക്കുന്ന അവനെ കളിയാ

ക്കി. എന്നാൽ ഇറച്ചിയൊന്നും വെട്ടാനുണ്ടായിരുന്നില്ല. 22 കാരനായ മുഹമ്മദ് കഴിഞ്ഞ 5 വർഷമായി ബിഹാറിലുള്ള അവന്റെ വീട്ടിലേക്ക് പ്രതിമാസം 5000-6000 രൂപ അയച്ചുകൊടുക്കാറുണ്ടായിരുന്നു. ഗൗസിയാ ബീഫ് ഷോപ്പിൽ നിന്ന് അവന് പ്രതിദിനം 300 രൂപയോളം കിട്ടും. ബാഹിംബസ് ഡിപ്പോയുടെ അടുത്തുള്ള ഒരു ഇടുങ്ങിയ വഴിയിലാണ് അവൻ ജോലിയെടുത്ത ഇറച്ചിക്കട. "എനിക്ക് ഈ പണി മാത്രമേ ചെയ്യാനറിയൂ. ഇതിൽ നിന്ന് ഞാൻ പ്രതിമാസം 8000-9000 രൂപ വരെ ഉണ്ടാക്കാറുണ്ട്. ഞാൻ. അഞ്ചാം ക്ലാസിൽ പഠിപ്പു നിർത്തി. 17 വയസ്സായപ്പോൾ ഇവിടെ വന്നതാണ്. പണിയില്ലാത്തതുകൊണ്ട് എനിക്ക് ഇപ്പോൾ കിട്ടുന്നത് പകുതികൂലി മാത്രമാണ്." മുഹമ്മദ് പറഞ്ഞു. "ഇനിയെത്ര നാൾ ഇവിടെ തുടരാനാവുമെന്നറിയില്ല. "ഒരു ബസ്തിയിലെ ഒരൊറ്റ മുറിയിൽ മറ്റുചിലരോടൊത്താണ് കഴിയുന്നത്. എല്ലാ ദിവസവും എനിക്ക് ഭക്ഷണം കഴിക്കാൻ പണം വേണം. ഈ മാസം ഒന്നും തന്നെ വീട്ടിലേക്കയക്കാൻ കഴിയുമെന്ന് തോന്നുന്നില്ല." അവൻ പറഞ്ഞു. സ്ഥിതി മെച്ചപ്പെട്ടില്ലെങ്കിൽ തൊഴിൽരഹിതയുവാക്കൾ കുറ്റകൃത്യത്തിലേക്ക് തിരിയുമെന്നാണ് സമുദായത്തിലെ പ്രായം ചെന്നവർ ഭയപ്പെടുന്നത്.

കൂടുതലും കുടിയേറ്റക്കാരായ ജോലിക്കാർ ബുദ്ധിമുട്ടിലായിട്ടും തൊഴിലുടമകൾ സ്ഥിതി മെച്ചപ്പെടുത്തുന്നതിനായി യാതൊന്നും തന്നെ ചെയ്യുന്നില്ല. മാഹിയിലെ കാപാട് ബസാറിലെ കാശിനാഥ് ബിൽഡിങ്ങിലുള്ള നാഷണൽ ബീഫ് ഷോപ്പിൽ എ ക്യൂ ഗനി ഖുറേഷി തന്റെ ഒഴിഞ്ഞ കടയിൽ തുറിച്ചു നോക്കിയിരിക്കുകയാണ്. അതിന്റെ ബോർഡിൽ 1976 മുതൽ ഉന്നതനിലവാരമുള്ള ഗോമാംസം എന്നെഴുതി വെച്ചിട്ടുണ്ട്. ബീഷ് വിലക്കാൻ ലൈസൻസുള്ള കടകളിൽ മറ്റൊരു മാംസവും വിറ്റഴിക്കാൻ പാടില്ല.

"ഞങ്ങളുടെ ഉപഭോക്താക്കൾ ക്രിസ്ത്യാനികളും ദളിതരും മുസ്ലീങ്ങളുമാണ്. ഒരാൾക്കും പോത്തിറച്ചി വേണ്ട. കാരണം അതിന് കട്ടികൂടുതലും പോഷകങ്ങൾ കുറവുമാണ്. എല്ലുള്ളതും എല്ലില്ലാത്തതുമായ മാംസം ഞങ്ങൾ വിറ്റഴിക്കുന്നത് കിലോക്ക് 140-200 രൂപയ്ക്കാണ്. ആട്ടിറച്ചി വില്ക്കുന്നത് കിലോക്ക് 450 രൂപവെച്ചാണ്." ഖുറേഷി പറഞ്ഞു. "കുടുംബത്തിൽ 10 അംഗങ്ങളുണ്ട്. ഈയൊരു കടയെ ആശ്രയിച്ചാണ് ജീവിച്ചു പോകുന്നത്. ഒരു ദിവസം 70 മുതൽ 80 കിലോ വരെ വില്പന നടക്കാറുണ്ട്. ഞങ്ങൾ പശുക്കളെ അറുക്കാറില്ല. അത് ഇസ്ലാമിൽ പോലും അനുവദിച്ചിട്ടില്ല. എന്നാൽ അത് പലരും കണക്കിലെടുക്കാറില്ല. ഇപ്പോൾ മാംസം സൂക്ഷിക്കുന്നത് അപകടകരമാണ്. പോത്തായാലും അല്ലെങ്കിലും ഫ്രീസറിൽ പോലും വെക്കാനാവില്ല. ഇതിന് ജയിലിൽ കിടക്കാൻ ആർക്കാണ് താല്പര്യം. ഞങ്ങൾ എന്നാണ് വ്യാപാരം തുടരുന്നതെന്നാണ് ഉപഭോക്താക്കൾ ദിവസവും ചോദിക്കുന്നത്."

“മിക്കവാറും ഗോമാംസം കയറ്റുമതിക്കാർ മുസ്ലീങ്ങളാണ്”

ഹലിം ഖുറേഷി

ഗോമാംസത്തിന്റെ മൊത്തവിതരണക്കാരൻ

> ഞങ്ങൾ തലമുറകളായിത്തന്നെ ഈ കച്ചവടത്തിലാണ്, ഇപ്പോൾ മാത്രമാണ് ഇങ്ങനെയൊന്ന് സംഭവിക്കുന്നത്. മുംബൈയിൽ നാലു കടകളുടെ ഉടമയായ ഹലിം ഖുറേഷി പറഞ്ഞതാണിത്. എല്ലാ ആഴ്ചയിലേയും തിങ്കളാഴ്ചയോ വെള്ളിയാഴ്ചയോ ഹലിം ഭായ് ഡിയോണർ അറവുശാലയിൽ പോകും. അവിടെനിന്ന് പതിനഞ്ചോ പതിനാറോ മൃഗങ്ങളെ വാങ്ങും. അത് അദ്ദേഹത്തിന് ഒരു ചടങ്ങ് പോലെയാണ്. ഞങ്ങൾ ഒരെണ്ണത്തിന് ഇരുപതിനായിരം മുതൽ ഇരുപത്തയ്യായിരം രൂപ വരെ കൊടുക്കും. ദിവസവും രണ്ടോ മൂന്നോ എണ്ണത്തിനെ അറക്കും. മറ്റെല്ലാചാർജ്ജുകളും ഞങ്ങൾ കൊടുക്കും. അറക്കുന്നതിന്റെ കൂലി, ലായത്തിന്റെ കൂലി കടത്തു കൂലി ഇതൊക്കെ എല്ലാംകൂടെ ഒരു എണ്ണത്തിന് 2000 രൂപ വരും.

എന്നാൽ മാർച്ച് 3 മുതൽ ഒരെണ്ണത്തിനെ പോലും കൊണ്ടുവരാനായിട്ടില്ല. “സമുദായത്തിലെ മിക്കവാറും എല്ലാവരും ദിവസക്കൂലിക്കാരാണ്. അന്നന്ന് പണിയെടുത്താണവർ കഴിയുന്നത്. ഈ നിരോധനം എല്ലാവരുടെയും നിലതെറ്റിക്കും. പോത്തിനെ അറക്കാൻ അനുമതിയുണ്ട്. എന്നാൽ അനുഭാവപ്രകടനത്തിന്റെ ഭാഗമായി അതും നിർത്തിവെച്ചിരിക്കുകയാണ്. 1955 മുതലുള്ള സുപ്രീംകോടതി വിധി പകർപ്പുകൾ അദ്ദേഹത്തിന്റെ കൈവശമുണ്ട്. ആ കേസ് വിധികളെയൊക്കെ സ്ഥിരമായി പിന്തുടരുന്ന വ്യക്തിയാണദ്ദേഹം.

ബാന്ദ്ര ഈസ്റ്റിലെ വെളിച്ചം കുറഞ്ഞ കടയിൽ അദ്ദേഹം ഇരുന്നു. പണിക്കാർ ചുറ്റുംകൂടി. മൃഗങ്ങളെ കൊണ്ടുപോകുന്ന ഡ്രൈവർമാരെ ആക്രമിക്കുന്ന ദൃശ്യങ്ങളും ചിത്രങ്ങളും അവർ കാണിച്ചു. തിരിച്ചറിയാത്ത സ്ഥലങ്ങളിൽ പശുക്കളെ കൂട്ടക്കശാപ്പിന് വിധേയമാക്കുന്ന ചിത്രങ്ങളും അതിലുണ്ടായിരുന്നു. “പകുതിവഴിക്കുവെച്ച് വി എച്ച് പി ബജ്രംഗ് ദൾ പ്രവർത്തകർ ഞങ്ങളുടെ വാഹനങ്ങൾ തടയുകയും ആക്രമിക്കുകയും ചെയ്തു. ഞങ്ങളുടെ മൃഗങ്ങളെ അവർ കൊള്ളചെയ്തു. ഒരാളും ഞങ്ങളെ സഹായിക്കാനുണ്ടായില്ല.” ഒരാൾ പറഞ്ഞു. മറ്റൊരു വിഡിയോയിൽ കർഷകർ ഒരു കന്നുകാലി ചന്തയിലിരുന്ന് നിരോധനത്തെ പറ്റി പരാതി പറയുന്നുണ്ടായിരുന്നു. പിന്നെ കുറെ തമാശകളും.

“മുസ്ലീങ്ങളെ മാത്രമേ ഇത് ബാധിക്കൂ. പിന്നെ ഞങ്ങൾ മാത്രമാണ് ഗോമാംസം തിന്നുകയും വില്ക്കുകയും ചെയ്യുന്നതെന്ന് പറയാനാവില്ല. കയറ്റുമതിക്കാരിൽ ഭൂരിഭാഗവും മുസ്ലീങ്ങളല്ല. അനുബന്ധ വ്യവസായങ്ങളായ തുകൽ രാസ വ്യവസായങ്ങളിലേക്കുള്ള മൃഗക്കൊഴുപ്പ്, സോപ്പുകൾ, എല്ലും കൊമ്പും ഉപയോഗിച്ചുള്ള കുടുക്ക് നിർമ്മാണം മുതലായ

വയിൽ ധാരാളം ഹിന്ദു തൊഴിലാളികളും ഉപഭോക്താക്കളുമുണ്ട്. സ്ഥിരമായി ഗോമാംസം കഴിക്കുന്ന ദളിതരെക്കുറിച്ചും പറയാതിരിക്കാനാവില്ല. എല്ലാറ്റിലുമുപരി ഇത് 'ദരിദ്രന്റെ പ്രോട്ടീനാണ്' ഹലിം പറഞ്ഞു.

"കുടുംബത്തിനെ പോറ്റാനാവുന്നില്ല. പിന്നെങ്ങനെയാണ് പശുക്കളെ പോറ്റുന്നത്?"

സതീഷ് സോളങ്കി.

മറാത്ത്‌വാഡ കർഷകൻ

സതീഷ് ഒരു യഥാർത്ഥ ഹിന്ദുകർഷകനാണ്. അയാൾക്ക് കന്നുകാലികളെ വളരെ ഇഷ്ടമാണ്. എന്നാൽ ഈയിടെ ഒരു ജോടി വയസ്സൻ കാളകളെ വിറ്റ് ഒരു ജോടി പുതിയതിനെ വാങ്ങി. കാളകളെ കൊല്ലുന്നത് നിരോധിക്കുന്ന (പശുക്കൾക്ക് മുമ്പുതന്നെ സംരക്ഷണമുണ്ട്) നിയമം വന്നതിൽ അസ്വസ്ഥനായ അദ്ദേഹം ചോദിക്കുന്നത്; ഏതെങ്കിലും കർഷകനിനി കന്നുകാലികളെ വളർത്താനാവുമോ എന്നാണ്. "മഹാരാഷ്ട്രത്തിലെ കർഷകരുടെ കഷ്ടപ്പാടുകൾക്ക് യാതൊരറുതിയും വന്നിട്ടില്ല. എല്ലാത്തരത്തിലുള്ള പ്രകൃതി ദുരന്തങ്ങളും വരൾച്ചയും കൊടുങ്കാറ്റും, കാലം തെറ്റിച്ച മഴയും ഒക്കെ ഞങ്ങളെ വേട്ടയാടിക്കൊണ്ടിരിക്കുകയാണ്... ഇപ്പോഴാകട്ടെ ഞങ്ങൾക്ക് വയസ്സൻ കന്നുകാലികളെ വില്ക്കാനാവാതെയും വന്നിരിക്കുന്നു." മറാത്ത് വാഡപ്രദേശത്ത് ജൽന ജില്ലയിൽ ഏതാനും ഏക്കർ കൃഷിസ്ഥലമുള്ള സോളജി പറയുന്നു. "തെക്കൻ മഹാരാഷ്ട്രയുടെ ഈ ഭാഗത്താണ് കടുത്തവരൾച്ചയുണ്ടാവുന്നതും കർഷക ആത്മഹത്യ പെരുകിക്കൊണ്ടിരിക്കുകയും ചെയ്യുന്നത്."

"ആത്മാർത്ഥമായി പറയട്ടെ കർഷകർക്ക് വയസ്സായ സ്വന്തം മാതാപിതാക്കളെ തന്നെ തീറ്റിപ്പോറ്റാനുള്ള ശേഷിയില്ല. ഞാൻ പറയുന്നത് ക്രൂരതയാണെന്നെനിക്കറിയാം പക്ഷേ വസ്തുതയാണ്. എല്ലാ കുടുംബവും ഒന്നോരണ്ടോ പശുക്കളെ അവയുടെ മരണം വരെ സംരക്ഷിക്കേണ്ടതായിവരും. എന്നാൽ എല്ലാത്തിനെയും നോക്കണമെന്നു വന്നാലോ? കുടുംബം തന്നെ പട്ടിണി കിടക്കുമ്പോൾ എങ്ങനെയാണ് കന്നുകാലിക്ക് തീറ്റയും വെള്ളവും കൊടുക്കാനാവുക." അദ്ദേഹം ചോദിക്കുന്നു. അദ്ദേഹം പറയുന്നത് ഒരു പശുവിനോ കാളയ്ക്കോ ഒരു ദിവസംതന്നെ 200 മുതൽ 300 വരെ രൂപയുടെ തീറ്റ വേണ്ടിവരുമെന്നാണ്. അവയുടെ ചികിത്സാ ചെലവുകളോ, തൊഴുത്തിനുള്ള സ്ഥലമോ മറ്റുചെലവുകളോ ഇതിൽ പറയുന്നില്ല. ഞങ്ങൾ ചാണകം പ്രകൃത്യാലുള്ള വളമായാണ് കാണുന്നത്. അതിനാണ് മുമ്പൊക്കെ കന്നുകാലികളെ വളർത്തിയിരുന്നത്. ഇപ്പോൾ വിളകൾക്കെതിരായ നയം മൂലം ഗോതമ്പോ ചോളമോ അല്ല കർഷകർ വളർത്തുന്നത് നാണ്യവിളകളാണ്. അതിനാൽ കാലിത്തീറ്റ വാങ്ങിക്കാൻ നിർബ്ബന്ധിതമാവുന്നു."

ക്ഷീരവ്യവസായവുമായി ബന്ധപ്പെട്ട ആളുകൾപോലും ചോദിക്കുന്നത് പശുവിന് വയസ്സായാൽ എന്തു ചെയ്യുമെന്നാണ്. "കർഷകർ വികാ

രജീവികളാണ്. അവർ അവരുടെ കന്നുകാലികളെ ഇഷ്ടപ്പെടുന്നു. ചന്തയിൽ വിറ്റുകഴിഞ്ഞാൽ തങ്ങളുടെ കന്നുകാലികൾക്കെന്ത് സംഭവിക്കുമെന്ന് ചിന്തിക്കാൻ അവർ ഇഷ്ടപ്പെടുന്നില്ല. എന്നാൽ നിലനില്പും അതിജീവനവുമാണ് ഇന്നത്തെ യാഥാർത്ഥ്യം. ഞാൻ ഭയപ്പെടുന്നത് ഒരു കർഷകനും പശുവിനെയും കാളയെയും വളർത്താനാഗ്രഹിക്കില്ല എന്നാണ്. തൊഴുത്ത് എന്ന സങ്കല്പം തന്നെ ഇല്ലതായിപ്പോകും."

"ഇതൊരു ജനാധിപത്യമാണോ?
നമുക്ക് വഴുതനങ്ങ കൂടെ നിരോധിക്കാം"

അരവിന്ദ് നായർ,
ഗോമാംസ രസ പരിശോധകൻ

ഒരു ദശകക്കാലമായി മുംബൈയിലും അതിന് മുമ്പു കേരളത്തിലും താമസിച്ചിരുന്ന അരവിന്ദന് തനിക്ക് ഇഷ്ടപ്പെട്ട ബീഫ് ഫ്രൈ സണ്ണി ഹോട്ടലിൽ നിന്ന് അപ്രത്യക്ഷമാവുന്നത് സഹിക്കാവുന്നതിലുമപ്പുറമാണ്. "അത് ലളിതമാണ്. നിങ്ങൾക്ക് ഒരു സാധനം തിന്നാനിഷ്ടമില്ലെങ്കിൽ അത് തിന്നേണ്ട. എന്നാൽ അതിന് നിരോധനം ഒരു പ്രതിവിധിയില്ല. ഗവൺമെന്റിന് വേഗം തന്നെ ബോധം തെളിയുമെന്നാണെനിക്ക് തോന്നുന്നത്. ഗോമാംസ വില്പന നിരോധിക്കുന്നതും അത് കൈവശം വെക്കുന്നതിന് തടവുശിക്ഷ നല്കുന്നതും ശുദ്ധമണ്ടത്തരമാണ്! ജനങ്ങൾക്ക് ഇഷ്ടപ്പെട്ട സാധനം ഭക്ഷിക്കുന്നതിൽ നിന്ന് വിലക്കുന്ന ഗവൺമെന്റ് ഇന്ത്യൻ ഭരണഘടന ഉറപ്പു വരുത്തിയിട്ടുള്ള രണ്ട് മൗലികാവകാശങ്ങളാണ് ലംഘിക്കുന്നതെന്ന് ഞാൻ പറയും. ജീവിക്കാനുള്ള സ്വാതന്ത്ര്യവും സ്വാതന്ത്ര്യം ലഭിക്കുന്നതിനുള്ള സ്വാതന്ത്ര്യവും. നിരോധനം പിൻവലിക്കേണ്ടതാണ്."

നിരോധനം സർക്കാർ നല്കുന്ന ഒരു 'സൂചന'യായി കാണണമെന്ന് പറയുന്ന അപൂർവ്വം പേരിൽ ഒരാളാണ് അരവിന്ദ്. അത് പിന്തിരപ്പത്തമാണ്. ഒപ്പം തന്നെ രാജ്യത്തെ അഹിന്ദുക്കളായ ജനതയ്ക്ക് നല്കുന്ന തെറ്റായൊരു സന്ദേശം കൂടിയാണത്. അത് വേവലാതിപ്പെടുത്തുന്നു.

> ആഴ്ചയിലൊരിക്കലോ വല്ലപ്പോഴുമൊരിക്കലോ ഗോമാംസം കഴിക്കണമെന്ന് തോന്നുന്നവർ തന്റെ പൊറോട്ട– ബീഫിനായി സണ്ണിയിൽ എത്തുന്നു (ദയവായി അത് പരാത്തയോ പരാന്തയോ അല്ല; ഒന്നുകിൽ പറോട്ടയോ പൊറോട്ടയോ ആണ്). അരവിന്ദ് ചോദിക്കുന്നു. ആരെയാണ് ഗവൺമെന്റ് പ്രീണിപ്പിക്കുന്നത്? ജൈനമതക്കാർ ഉള്ളിയോ വെള്ളുത്തുള്ളിയോ കഴിക്കാറില്ല. അതുകൊണ്ട് അതുനിരോധിക്കുമോ? ഇസ്ലാം പന്നിയിറച്ചി കഴിക്കുന്നത് തടയുന്നു, അതിനാൽ അത് കൂടെ നിരോധിക്കുമോ? വ്യക്തിപരമായി എനിക്ക് വഴുതനങ്ങ ഇഷ്ടമല്ല. അതുകൂടി നിരോധിക്കൂ! ജനാധിപത്യത്തിന്റെ അടിസ്ഥാനം തന്നെ തെരഞ്ഞെടുക്കാനുള്ള സ്വാതന്ത്ര്യത്തിലെ തുല്യതയാണ്.

മുമ്പ് അരവിന്ദ് നഗരത്തിലെ സന്തോഷവാനായ ഒരാളായിരുന്നു. ഏറ്റവും രസമുള്ള ബീഫ് ബർഗർ പട്ടണത്തിൽ എവിടെയാണ് കിട്ടുക എന്ന അന്വേഷണത്തിലായിരുന്നു അദ്ദേഹം. എന്നാൽ ഇന്ന് അദ്ദേഹം നഗരത്തിലെ നിരവധി നിരോധനങ്ങൾക്കുള്ളിലാണ്.

> ഈ വ്യാപാരത്തിൽ പണിയെടുക്കുന്ന ആയിരക്കണക്കിന് പേരുടെ ജീവിത സാഹചര്യങ്ങളാണ് ഗോമാംസ നിരോധനം കൊണ്ട് സംഭവിക്കാൻ പോകുന്നത്. ഇവരെ പുനരധിവസിപ്പിക്കാൻ മഹാരാഷ്ട്ര ഗവൺമെന്റ് എന്താണ് ചെയ്യാൻ പോകുന്നത്? കൂടുതൽ തൊഴിലവസരമുണ്ടാക്കുന്നതിന് വേണ്ടി പരിശ്രമിക്കുകയാണോ? അതോ ഒരടി പുറകിലേക്ക് വെക്കുകയാണോ? ആദ്യം ഡാൻസ് ബാറുകൾ, ഇപ്പോൾ ഗോമാംസ നിരോധനവും. ഞാൻ അത്ഭുതപ്പെടുന്നു ഇപ്പോഴും നമ്മൾ ജനാധിപത്യത്തിൽ തന്നെയാണോ?

"എന്റെ ഉപഭോക്താക്കൾക്ക് അത് ഒരുപോലെയല്ല"

ജേക്കബ് വർഗ്ഗീസ്,

ഹോട്ടൽ സണ്ണി, ചെമ്പൂർ

എപ്പോഴും സജീവമായിരിക്കുന്ന ജേക്കബ് വർഗ്ഗീസ് മലയാളികൾക്കിടയിൽ മാത്രമല്ല ജനകീയനായിരിക്കുന്നത്. ഹിന്ദുക്കളും ക്രിസ്ത്യാനികളും അടക്കം എല്ലാ ജനവിഭാഗങ്ങൾക്കിടയിലുമാണ്. ടാറ്റ ഇൻസ്റ്റിറ്റ്യൂട്ട് ഓഫ് സോഷ്യൽ സയൻസിലെ വിദ്യാർത്ഥികൾക്കും അദ്ദേഹം വേണ്ടപ്പെട്ടവൻ തന്നെ. ആ സ്ഥാപനം ചെമ്പൂരിലെ ഹോട്ടൽ സണ്ണിയിൽ നിന്ന് അധികം അകലെയല്ല. ഒരു ഹോട്ടലുടമയെന്ന നിലയിൽ രുചികരമായ ബീഫ് ഫ്രൈയും പൊറോട്ടയും വില്ക്കുന്നയാളെന്നതിനാൽ കുറഞ്ഞ കച്ചവടംകൊണ്ടു തന്നെ നിരോധനം കൊണ്ടുണ്ടാവുന്നതെന്തെന്ന് അദ്ദേഹത്തിന് വ്യക്തമായി. "എന്റെ നിരവധി ഉപഭോക്താക്കൾ വരുന്നത് ബീഫ് കഴിക്കുന്നതിന് വേണ്ടി മാത്രമാണ്. ബീഫ് കഴിക്കുന്നതോടൊപ്പം അവർ മറ്റു പലതും കഴിക്കും. ഞങ്ങൾ ബീഫ് വിളമ്പുന്നില്ലെങ്കിൽ ഇതുവഴി അവരിങ്ങോട്ട് വരിക തന്നെയില്ല." ബീഫ് ഹിന്ദുസമുദായങ്ങളിൽ പലരും നിരോധിക്കപ്പെടേണ്ട ഒന്നായി കരുതുന്നില്ല എന്നതിന് ഊന്നൽ നല്കിക്കൊണ്ടാണിത് പറഞ്ഞത്.

വ്യാപാര വിശദാംശങ്ങളെയോ മൊത്തം കച്ചവടത്തെയോ കുറിച്ച് പറയാനദ്ദേഹം തല്പരനായിരുന്നില്ലെങ്കിലും 20-30 ശതമാനം വരുന്ന ഉപഭോക്താക്കളെ നഷ്ടപ്പെടാനിടയുണ്ടെന്നാണ് പറയുന്നത്. "ഞങ്ങൾ വ്യത്യസ്ത രുചിയിലുള്ള ആട്, മീൻ, കോഴി, വിഭവങ്ങൾ തയ്യാറാക്കാറുണ്ടെങ്കിലും ബീഫ് കഴിക്കുന്നവർക്ക് അതല്ലാതെ മറ്റൊന്നും ഇഷ്ടപ്പെടില്ല. അവർക്ക് അത് രണ്ടും ഒരുപോലെ അല്ല, ഞങ്ങൾ പുകഴ്ത്തി പറഞ്ഞിട്ടും കാര്യമൊന്നുമില്ല." അല്പം നാണത്തോടെ ജോസഫ് പറഞ്ഞു. "ഹോട്ടൽ സണ്ണി ഒരു പാവങ്ങളുടെ ഹോട്ടലൊന്നുമല്ല. എന്നിട്ടും അവിടെ

ബീഫ് വിഭവങ്ങൾക്ക് മട്ടൻ വിഭവങ്ങളുടെ പകുതിയോളമാണ് വില. ജനങ്ങൾ ഒന്നാം സ്ഥാനത്ത് കരുതുന്ന ഒന്നിന് അവരെന്തിന് കൂടുതൽ പണം തരണം." അദ്ദേഹം ചോദിച്ചു.

പോത്തിറച്ചി വിളമ്പുന്നതിൽ അദ്ദേഹത്തിന് ഉത്കണ്ഠയുണ്ട്. കാരണം അത് ആളുകൾക്ക് അത്ര താല്പര്യമുള്ളതല്ല. നികുതികൾ, ഫാസ്റ്റ് ഫുഡ് കടകൾ, റിയൽ എസ്റ്റേറ്റു മുതൽ ചേരുവകളുടെ വരെ വിലയിലുണ്ടാകുന്ന വർദ്ധനവ് എന്നിവ മൂലം ജേക്കബിന്ന് ഒരു ദുഃഖിതനായ മനുഷ്യനാണ്. "ഇങ്ങനെ തുടരാനാവുമോ എന്നെനിക്കറിയില്ല. സ്വതന്ത്രമായൊരു ബിസിനസ് നടത്തിക്കൊണ്ടുപോകാനാഗ്രഹിക്കുന്നവരുടെ ശവപ്പെട്ടിയിൽ അടിക്കുന്ന അവസാനത്തെ ആണിയാണ് ബീഫ് നിരോധനം."

"ഇത് എല്ലാം കരിഞ്ചന്തയിലേക്കെത്തിക്കും."

വിലാസ് സോനാവനെ

ദളിത് പ്രവർത്തകൻ

ഗോമാംസവ്യാപാരത്തിന്റെ മുഴുവൻ വിവരങ്ങളും വിലാസ് സോനാവാനെയുടെ വിരൽത്തുമ്പിൽ തന്നെയുണ്ട്. ഇന്ത്യ റിപ്പബ്ലിക്കായിത്തീർന്നതിന് ശേഷം ഈ വിഷയത്തിലുണ്ടായ എല്ലാ നിയമങ്ങളും കോടതി വിധികളും തുരുതുരെ പറയാൻ അദ്ദേഹത്തിന് കഴിയും. ഇതിനും പുറമെ ശല്യപ്പെടുത്തുന്ന ഒരു പ്രവചനവും അദ്ദേഹത്തിന് വരുംകാലത്തെക്കുറിച്ചുണ്ട്. "ഗോമാംസത്തിൽ 75 ശതമാനവും ഭക്ഷിക്കുന്നത് മുസ്ലീമേതര വിഭാഗങ്ങളായ ഗോത്രജനത, ദളിതർ മറ്റു പിന്നോക്ക വിഭാഗക്കാർ മുതലായവരാണ്. പോത്തിറച്ചിയാവട്ടെ പ്രാദേശികമായ ഉപഭോഗം ചെയ്യപ്പെടുന്നില്ല. അത് കയറ്റുമതി ചെയ്യുകയാണ്. അതുകൊണ്ട് ദളിതർക്ക് ഗുണമൊന്നുമില്ല. ഇനി വില ഇരട്ടിയാവും." സോതാാവാനെ പറയുന്നു. "ഇപ്പോൾ 120 രൂപയ്ക്ക് ഒരു കിലോ കിട്ടുന്ന ഗോമാംസം ചിലതരം പച്ചക്കറികളേക്കാൾ വിലക്കുറവാണ്."

അദ്ദേഹത്തെ കൂടുതൽ ദുഃഖിപ്പിക്കുന്നത് ഈ നിരോധനത്തിന്റെ പ്രത്യാഘാതമാണ്. "ഇത് എല്ലാറ്റിനെയും കരിഞ്ചന്തയിലേക്ക് തള്ളിയിടും. പിടിച്ചുപറി, അഴിമതി, ഉദ്യോഗസ്ഥർക്കും രാഷ്ട്രീയക്കാർക്കും പൊലീസിനും ഉള്ള കൈക്കൂലി ഇതൊക്കെ വർദ്ധിക്കുക" സമൂഹത്തിലൊരു വിഭാഗത്തിനെ മാഫിയാ ജീവിതത്തിലേക്ക് നയിക്കുന്നത് ഇതാണ്. സോനാവാനെ പറഞ്ഞു. "ഇത് ബി ജെ പിയുടെ ഭാഗത്തുനിന്നുള്ള ഒരു വിഡ്ഢിത്തമാണെന്ന്" അദ്ദേഹം കൂട്ടിച്ചേർത്തു.

കഴിഞ്ഞ മൂന്നുമാസക്കാലം അറവുകാരും ബീഫ് വ്യാപാരികളും 40 ദിവസത്തെ സമരത്തിലായിരുന്നപ്പോൾ 25000 മൃഗങ്ങളാണ് തട്ടിക്കൊണ്ടു പോകപ്പെട്ടത്. മുംബൈയിലേയും പൂനെയിലെയും മഹാരാഷ്ട്രയിലെ മറ്റിടങ്ങളിലെയും ലൈസൻസുള്ള അറവുശാലകളിൽ ദിനം പ്രതി 100 കണക്കിന് മൃഗങ്ങളാണ് അറക്കപ്പെട്ടിരുന്നത്. ഈ മൃഗങ്ങ

ളൊക്കെ എവിടെപ്പോയി. ഇത് സ്വയം തൊഴിൽ ചെയ്യുന്ന അറവുകാരിൽ നിന്ന് ഈ ബിസിനസ് കയറ്റുമതിക്ക് കുഴപ്പമുണ്ടാക്കാതെ കോർപ്പറേറ്റ് സ്ഥാപനങ്ങളുടെ കൈകളിലേക്ക് മാറ്റാനുള്ള ഗവൺമെന്റിന്റെ തന്ത്രമാണ്. ജൈന വിഭാഗത്തിൽപ്പെട്ടവരാണ് മിക്കവാറും കയറ്റുമതിക്കാരെന്ന് പറഞ്ഞുകൊണ്ട് അദ്ദേഹം ആരോപിച്ചു.

അദ്ദേഹത്തിന് രാഷ്ട്രീയക്കാരിൽ പ്രതീക്ഷയില്ല. പ്രസിഡന്റ് സംസ്ഥാനഗവൺമെന്റിനോട് ഇതിനെക്കുറിച്ച് അഭിപ്രായം ചോദിച്ചപ്പോൾ ആരും എതിർക്കാതിരുന്നതെന്തുകൊണ്ട്? അതാണ് രാഷ്ട്രപതി ഇപ്പോൾ ഒപ്പിട്ടത്. ഒരു കിലോ ഉരുളക്കിഴങ്ങിന് 200 രൂപ കൊടുക്കേണ്ടി വരുന്ന കാലമാണിനി വരാൻ പോകുന്നത്.

(കടപ്പാട്: ഔട്ട്ലുക്ക് വാരിക, 2015 മാർച്ച് 30)

9 789384 445348

Printed by Libri Plureos GmbH in Hamburg, Germany